வாழ்வின் உயர்வுக்கு உயர்கல்வி

(+2க்குப் பின் என்ன படிக்கலாம்?)

முனைவர். ப.பாலசுப்பிரமணியன்

M.A., M.B.A., M.C.A., M.L.I.Sc., M.Phil., Ph.D

பல்கலைக் கழக நூலகர்

மனோன்மணியம் சுந்தரனார் பல்கலைக்கழகம்

திருநெல்வேலி - 627012

சங்கர் பதிப்பகம்

15/21, டீச்சர்ஸ் கில்டு காலனி,

2வது தெரு, இராஜாஜி நகர் விரிவு,

வில்லிவாக்கம், சென்னை - 600 049

தொலைபேசி : 044 - 2650 2086 / 9444191256

email : shankar_pathippagam@yahoo.com

web : www.shankarpathippagam.in

www.bookthagam.com

வாழ்வின் உயர்வுக்கு உயர்கல்வி / Vazhvin uyarvukku uyar kalvi

முனைவர். ப. பாலசுப்ரமணியன் / Munaivar Pa.Balasubramanian

பதிப்பு : 2020

விலை ₹ 125/--

மொத்த பக்கங்கள் : 132

வெளியிட்டோர் : சங்கர் பதிப்பகம்,
15/21, டீச்சர்ஸ் கில்டு காலனி,
2வது தெரு, இராஜாஜி நகர் விரிவு
வில்லிவாக்கம்,
சென்னை-600 049
தொலைபேசி : 044 - 2650 2086 / 9444191256

ISBN No. : 978-93-87655-58-

ஒளி அச்சு : பாலா கிராஃபிக்ஸ்

முன் அட்டை : பழனி & லதா

அச்சிட்டோர் : எம்.கே.கிராபிக்ஸ்,
சென்னை - 600 021

என்னுரை

+2 க்கு பின் வாழ்வின் மிக முக்கியத் தருணம். கல்லூரியையும், படிப்பையும் கவனமாகத் தேர்வு செய்ய வேண்டும். அதற்காக மாணவர்களுக்கு நல்ல ஆலோசனை கூறும் விதமாக இந்தப் புத்தகம் வழிகாட்டு கிறது.

கல்லூரிக் காலம்தான் வாழ்க்கையின் அடித்தளம். ஆர்வத்தோடும், தேடலோடும் படிக்க வேண்டும். பாடப் புத்தகங்களைத் தாண்டியும் தேடுதல் இருக்க வேண்டும்.

கலை, அறிவியல் படிப்புகள் மீதிருந்த அவநம்பிக்கை கடந்த சில வருடங்களாக மறைந்து வருகிறது. தமிழகம் முழுவதுமுள்ள கலை, அறிவியல் கல்லூரிகளில் விண்ணப்பங் கள் குவிகின்றன.

கலை, அறிவியலில் 20க்கும் மேற்பட்ட பிரதான படிப்புகள் உண்டு. அவை தவிர, பொறியியல் படிப்புகளுக்கு இணையாக ஐம்பதுக்கும் மேற்பட்ட துறை சார்ந்த சிறப்புப் படிப்புகளும் உண்டு.

இவற்றில் எந்தப் படிப்பை மாணவர்கள் தேர்வு செய்வது..?

கலை, அறிவியல் படிப்புகளுக்கு எதிர்காலம் உண்டா?

இவற்றுக்கெல்லாம் பதில் தருகிறது இந்நூல்.

எளிதான ஒரு பட்டப்படிப்பை முடித்துவிட்டால் சிவில் சர்வீஸ், அரசுத் தேர்வாணையத் தேர்வுகளில் பங்கேற்று நல்ல பணிக்குச் சென்று விட முடியும்.

குறிப்பிட்ட துறையில் சாதிக்க விரும்புபவர்கள் அத்துறையில் இளங்கலை முடித்து விட்டு மேற்கொண்டு பி.ஜி., பிஹெச்.டி என முன்னேறினால், உயரிய பணிகளைப் பெற முடியும்.

படிப்பை முடித்ததுமே வேலைக்குச் சென்று சம்பாதிக்க வேண்டிய கட்டாயத்தில் இருக்கும் மாணவர்கள் தொழில்நுட்பம் சார்ந்த கலை, அறிவியல் படிப்புகளைத் தேர்வு செய்து படிக்கலாம்.

இவ்வாறு அனைத்துப் பிரிவு படிப்புகளையும் அதற்கான வேலைவாய்ப்புகளையும் பற்றி மாணவர்களுக்குப் புரியும் வகையில் இந்நூலில் விளக்கப்பட்டுள்ளது.

இந்நூலினை எழுதத் தூண்டி இதனைப் புத்தகமாக்கி உங்கள் கையில் கிடைக்கின்ற வகையில் என்னை ஊக்கப்படுத்திய சங்கர் பதிப்பக உரிமையாளர் கோமதிநாயகம் அவர்களுக்கு என்னுடைய முதற்கண் நன்றியைத் தெரிவித்துக் கொள்கின்றேன்.

என்னுடைய எழுத்துப் பணிக்கு ஆக்கமும் ஊக்கமும் கொடுத்து என்னை ஊக்குவிக்கும் மாணவர்களின் நலன், ஆசிரியர்களின் நலன், அலுவலர்களின் நலன், பல்கலைக்

கழக வளர்ச்சிக்கு முக்கியத்துவம் கொடுக்கும் மாண்புமிகு துணைவேந்தர் முனைவர் கா. பிச்சுமணி அவர்களுக்கும் மற்றும் நவீன நூலகத்துறையை மேம்படுத்த ஆலோசனை வழங்கும் பல்கலைக்கழகப் பதிவாளர் முனைவர். S. சந்தோஷ் பாபு அவர்களுக்கும், எங்கள் பல்கலைக் கழகத்தில் தேர்வுத்துறையை நவீன மயமாக்கி, நூலகத்துறையின் வளர்ச்சிக்கு உதவும் தேர்வாணையர் முனைவர் கி. சுருளியாண்டி அவர்களுக்கும், என் இதயம் கனிந்த நன்றியைத் தெரிவித்துக் கொள்கிறேன்.

என்னுடைய பெற்றோர் திரு.க. பலவேசம், ப. காமாட்சி அம்மாள், என் அன்பு மனைவி திருமதி.பா. தேவி, என்னுடைய அன்பு மகள்கள் பா. பத்மா, பா. காயத்திரி, பா. ஜனனி மற்றும் என்னுடைய ஆய்வு மாணவ, மாணவியர்களுக்கும் என் உளமார்ந்த நன்றியினை உரித்தாக்குகின்றேன்.

முனைவர். ப. **பாலசுப்பிரமணியன்**

M.A., M.B.A., M.C.A., M.L.I.Sc., M.Phil., Ph.D

உள்ளே..

1

+2விற்குப் பிறகு?

தமிழகத்தைப் பொருத்தமட்டில் +2 படிப்புத்தான் பள்ளிப் படிப்பின் இறுதி அத்தியாயம். அதன்பிறகு பள்ளிக்கூடத்திற்குச் சென்று படிப்பது என்பது கனவிலும் நடக்காது. பள்ளி ஆசிரியராக வேண்டுமானால் பள்ளிக்குச் செல்லலாம்.

பள்ளியின் நிறைவுப் பகுதியான +2விற்குப் பிறகு என்ன படிக்கலாம்? எதைப் படித்தால் மாணவர்களுக்கு நல்லது? எதைப் படித்தால் சமூகத்திற்கும், நாட்டிற்கும் நல்லது? எதைப் படித்தால் வாழ்வின் உயர்நிலையை எளிதாக எட்டிப்பிடிக்கலாம்? என்று பல கேள்விகள் மாணவர்கள் முன்பு காத்துக் கிடக்கின்றன.

மாணவர்களின் இயல்பும் சமூகத்தின் தேவையும் இணைகிற இடமாக விளங்கும் கல்லூரிப் படிப்புதான் அவர்களைக் கைகுலுக்கி அழைக்கின்றது.

அடிப்படைக் கல்வியை நன்றாகக் கற்றுத் தேர்ச்சிபெற்ற நிலையில் வாழ்க்கைக்குத் தேவையான அறிவை மட்டுமல்லாமல் திறனையும் வழங்குகிற புனிதமான இடம்தான் கல்லூரி என்னும் மேற்படிப்பு.

பத்தாவது வரை கல்வி என்பது அனைவருக்கும் பொதுவான கல்வியை வழங்கும் கோயிலாக விளங்குகிறது. அங்கு படிப்பில் எந்தப் பிரிவும் கிடையாது. மொழிப் பாடங்கள், வரலாறு, அறிவியல், கணிதம் என்ற பொதுவான அனைத்தையும் கற்றுத் தெளிய முடிகிறது.

அதன்பிறகு கணிதம், உயிரியல், தாவரவியல், வணிகவியல், தொழில்கல்வி என்று பலவாறாகப் பிரிகிறது. இது பதினொன்றாம் வகுப்பில் இருந்து ஆரம்பமாகிறது. அதாவது பள்ளிக்கும் கல்லூரிக்குமான இணைப்புப் பாலமாகத் திகழ்கிறது பதினொன்று மற்றும் பன்னிரெண்டாம் வகுப்புகள். சுருக்கமாக +1 என்றும், +2 என்றும் அழைக்கிறார்கள்.

மேற்படிப்பு என்னவாக அமையப் போகிறது? ஒரு மாணவனின் எதிர்காலம் எதை நோக்கிப் பயணிக்கப் போகிறது? என்பதை எல்லாம் உயர்கல்வியான +1வது வகுப்பில் அந்த மாணவன் தேர்ந்தெடுக்கும் பாடப்பிரிவைப் பொருத்தே அமையும் என்பது கவனிக்கத்தக்கது.

பத்தாவது வகுப்பில் இருந்து பதினொன்றுக்குப் போகும் போது என்ன வகையான பாடத்தை ஒரு மாணவன் தேர்வு செய்ய வேண்டும் என்பதை அந்த மாணவன்தான் தீர்மானிக்க வேண்டும். அவனது பெற்றோர் ஆசைப்படுவதைக் குறைத்துக் கொண்டு, தங்களது குழந்தையின் இயல்பும், திறனும் எவ்வாறு இருக்கிறது என்பதைத் தெளிவாக வரையறுத்து அதற்கேற்றப் பாடப்பிரிவை எடுக்கச் செய்ய வேண்டும்.

டாக்டராக வேண்டும், என்ஜினியராக வேண்டும் என்று கண்ணை மூடிக் கொண்டு காணும் கனவுக்கு ஏற்பத் தங்கள் குழந்தையை உயிரியல் பாடப் பிரிவையோ, கணிதப் பாடப் பிரிவையோ எடுக்கும்படி வற்புறுத்தக்கூடாது.

அதேபோல பக்கத்து வீட்டு நண்பனோ, பள்ளித் தோழனோ என்ன பிரிவை எடுக்கிறார்களோ, எடுக்க விரும்புகிறார்களோ, எடுக்குமாறு வற்புறுத்துகிறார்களோ அந்தப் பாடப்பிரிவை எடுப்பதும் மிகத் தவறானது.

இன்றைய நாட்களில் முதலிடம் எதற்கென்றால் அது மருத்துவப் படிப்பிற்குத்தான். அதற்கு +1ல் பிசிபி என்னும் பிசிக்ஸ், கெமிஸ்ட்ரி, பயாலஜி பாடத்தைத் தேர்வு செய்ய வேண்டும். ஆனால் நிச்சயமாக உயிரியல் பாடத்தில் அந்த மாணவனுக்கு அளவற்ற ஆர்வம் இருக்க வேண்டியது அவசியம்.

தற்போது மருத்துவப் படிப்பிற்கு நீட் தேர்வு எழுத வேண்டியது அவசியமாக இருக்கிறது. ஒருவேளை நீட் தேர்வு வெற்றிகரமாக அமையவில்லை என்றால் பிடி.எஸ், பி.எஸ்.எம்.எஸ். (சித்தா) போன்ற படிப்பைத் தேர்வு செய்யலாம். இல்லையென்றால் பி.எஸ்சியில் பார்மஸி, பயோடெக்னாலஜி போன்ற பல பாடங்களைப் படிக்கலாம்.

மருத்துவப் படிப்பிற்குப் பிறகு அதிகம் பேர் ஆசைப்படுவது பொறியியல் சார்ந்த படிப்பைத்தான். அதற்கு +1ல் கணக்குப் பாடத்தை முக்கியப்பாடமாக எடுக்க வேண்டியது அவசியம். பிசிக்ஸ், கெமிஸ்ட்ரி, மேத்ஸ் என்னும் பிசிஎம் பாடப்பிரிவுகளை எடுக்க வேண்டும்.

பொறியியல் படிப்பு சர்க்கியூட் கோர்ஸ் என்றும், நான் சர்க்கியூட் கோர்ஸ் என்றும் இருவகையாகப் பிரிக்கப்படுகிறது.

சர்க்கியூட் கோர்ஸ் என்றால் எலெக்ட்ரிக்கல், எலெக்ட்ரானிக்ஸ், கம்ப்யூட்டர், இன்ஃபர்மேஷன் டெக்னாலஜி போன்ற பாடங்கள் ஆகும்.

மெக்கானிக்கல், சிவில் உள்ளிட்டவை நான் சர்க்கியூட் கோர்ஸில் அடங்கும்.

இவை அனைத்தும் நான்காண்டுகள் படிக்கவேண்டிய படிப்பு. ஒரு மாணவர் பொறியியல் படிப்பில் சேரும்போது எந்தத் துறையில் வேலைவாய்ப்பு அதிகமாக இருக்கிறது என்று பார்த்து அந்தப் பிரிவைப் பாடமாகத் தேர்வு செய்வது தவறு. நான்கு ஆண்டுகள் கழித்து எந்தத் துறைக்கு அபாரமான எதிர்காலம் இருக்கும் என்பதைத் தெளிவாக ஆராய்ந்து பார்த்து அந்தப் பாடப்பிரிவைத் தேர்ந்தெடுத்துப் படிப்பது உகந்தது.

மேலும் பொறியியல் படிப்பில் விருப்பமற்றவர்கள் பி.எஸ்சி பட்டப்படிப்பில் சேர்ந்து படிக்கலாம். கணிதம், வேதியியல் என்னும் கெமிஸ்ட்ரி, இயற்பியல் என்னும் பிசிக்ஸ், என்விரான் மெண்டல் சயின்ஸ் ஆகிய பாடப்பிரிவுகளில் ஏதேனும் ஒன்றைத் தேர்ந்தெடுத்துப் படிக்கலாம்.

மருத்துவம், பொறியியல் சார்ந்தவற்றில் விருப்பம் இல்லாத மாணவர்கள் கலைப்பிரிவைத் தேர்ந்தெடுத்துப் படிக்கலாம். வணிகவியல், பொருளாதாரம், வங்கியியல், வர்த்தகம், நிதி, மார்க்கெட்டிங் போன்ற பாடங்கள் இதில் அடங்கும். பி.காம். பி.பி.ஏ., சி.ஏ., பி.எம்.எஸ். என்று பல கோர்ஸ்கள் உள்ளன. இந்தப் பாடங்கள் சமூக வளர்ச்சி, மனித மேன்மை போன்றவற்றிற்குப் பெருமளவில் உறுதுணையாக இருப்பவை.

சட்டப்படிப்பு, அனிமேஷன், மல்டி மீடியா, ஃபேஷன் டிசைனிங், விஷுவல் ஆர்ட்ஸ், நூலகத்துறை, பெர்ஃபார்மிங் ஆர்ட்ஸ், ஏவியேஷன் மற்றும் ஹாஸ்பிட்டல் மேனேஜ்மெண்ட் போன்ற பன்முகக் கலைப் படிப்புகளும் உள்ளன.

அத்துடன் தமிழ், ஆங்கில இலக்கியங்கள், வரலாறு, சமூகவியல், சமூகப்பணி, அரசியல், கவின்கலை, பொது நிர்வாகம் போன்ற படிப்புகளும் இருக்கின்றன.

+2 தேர்வை எழுதி முடித்த உடனேயே அடுத்து என்ன படிக்கலாம் என்பதைப் பற்றிய தீவிர யோசனைகள் எழத் தொடங்கிவிடும்.

ஏனென்றால் அடுத்து என்ன படிக்க வேண்டும் என்பதை முடிவு செய்தே ஆக வேண்டிய காலக்கட்டம் அது.

ஒரு மாணவனின் வாழ்க்கைப் பாதையைத் தீர்மானிக்கும் முக்கியக் காலக்கட்டம் அது.

ஒரு மாணவனின் எதிர்காலம் எப்படி அமைய வேண்டும் என்பதை வரையறுக்கும் காலக்கட்டம் அது.

அந்த மாணவனை நம்பி இருக்கும் அவனது பெற்றோரின் கவலையை முற்றிலுமாகப் போக்கும் அருமையான காலக்கட்டம் அது.

2

மருத்துவம்

பள்ளி இறுதிப் படிப்பான பிளஸ் 2 படிப்பை முடித்ததும் அடுத்து மருத்துவர் ஆக வேண்டும் என்ற கனவுதான் பல மாணவர்களுக்கும், குறிப்பாகப் பெற்றோர் களுக்கும் இருக்கிறது. மனித உயிர்களைக் காப்பாற்றும் அதிஉன்னத சேவை இந்தப் படிப்பில் இருக்கிறது என்பது ஒரு காரணம். நிறைய சம்பாதிக்க முடியும் என்பது மற்றொரு காரணம்.

எம்.பி.பி.எஸ்.

(MBBS - Bachelor of Medicine and Bachelor of Surgery)

இந்தப் படிப்பைப் படிக்க வேண்டும் என்றால் பிளஸ் 2வில் கணிதம், உயிரியல், வேதியியல், இயற்பியல் என்னும் பாடப் பிரிவை எடுத்து நல்ல மதிப்பெண்களைப் பெற்றிருத்தல் அவசியம்.

இந்தியாவில் ஆயிரம் பேருக்கு ஒரு மருத்துவர் மற்றும் 11 ஆயிரம் பேருக்கு ஒரு அரசு மருத்துவர் என்ற விகிதத்திலும் மருத்துவர்கள் எண்ணிக்கை காணப்படுகிறது. ஆனால் ஆயிரம் பேருக்கு ஒரு அரசு மருத்துவர் இருக்க வேண்டும் என்கிறது உலகச் சுகாதார மையம். எனவே மருத்துவப் படிப்பிற்கான தேவை அதிகமாக உள்ளது.

தமிழ்நாட்டில் மருத்துவப் படிப்பிற்கு 6 ஆயிரம் இடங்கள் ஒதுக்கீடு செய்யப்பட்டுள்ளன.

மருத்துவப் படிப்பின் மொத்த காலம் ஐந்தரை ஆண்டுகள்.

பிளஸ் 2வில் எவ்வளவுதான் அதிக மதிப்பெண்களைப் பெற்றிருந்தாலும் மருத்துவப் படிப்பில் சேருவதற்கு மத்திய அரசு நடத்தும் நுழைவுத் தேர்வில் வெற்றிபெற்றால் மட்டுமே எம்பிபிஎஸ் படிப்பில் சேர வாய்ப்பு கிட்டும்.

1. நீட்

   (NEET - National Eligibility Entrance Test)

   இணையதள முகவரி

   www.cbscneet.nic.in

2. ஜிப்மர்

   Jawaharlal Institute of Post Graduate Medical Education and Research (JIPMER)

   இணையதள முகவரி

   www.jipmer.edu.in

3. ஏஐஐஎம்எஸ் நுழைவுத் தேர்வு

   All India Institutes of Medical Sciences (AIIMS)

   இணையதள முகவரி

   www.aimsexams.org

   (நியூடெல்லி, போபால், புவனேஸ்வர், ஜோத்பூர், பாட்னா, ராஜ்பூர், ரிஷிகேஷ்)

4. இராணுவ மருத்துவக் கல்லூரி

   Armed Forces Medical College, Pre-medical Test - Pune

   www.afmc.nic.in

இவை அனைத்தும் மத்திய அரசு மருத்துவக் கல்லூரிகளுக்கான தேர்வு முறையாகும்.

நீட் தேர்வு எழுதும் மாணவர்கள், தமிழ்நாடு மருத்துவக் கவுன்சில் நடத்தும் கலந்தாய்வில் கலந்துகொள்ள வேண்டும்.

அகில இந்திய ஒதுக்கீட்டுக்கான இடங்களுக்கு இந்திய மருத்துவக் கவுன்சில் நடத்தும் கலந்தாய்வில் கலந்துகொள்ள வேண்டும். இந்த இரண்டு கலந்தாய்வுகளிலும் கடுமையான போட்டி போட வேண்டி இருக்கிறது.

நீட் தேர்வு எழுதுபவர்களின் எண்ணிக்கை ஆண்டுக்கு ஆண்டு அதிகரித்து வருகிறது. நீட் தேர்வு அறிமுகப்படுத்தப்பட்ட 2017ஆம் ஆண்டில் 83 ஆயிரம் பேரும், 2018ஆம் ஆண்டில் 1.17 லட்சம் பேரும் தேர்வு எழுதியுள்ளனர். 2019ஆம் ஆண்டு 1.5 லட்சம் பேர் தேர்வு எழுதியுள்ளனர்.

ஜிப்மர் என்பது புதுச்சேரியில் இயங்கிவரும் இந்திய அரசின் மருத்துவக் கல்வி நிறுவனம். புதுச்சேரி மற்றும் காரைக்காலில் இயங்கிவரும் ஜிப்மரில் மருத்துவப் படிப்பில் சேர்வதற்கு அகில இந்தியப் பொது நுழைவுத் தேர்வு எழுதுவது அவசியம்.

எய்ம்ஸ் என்பதன் தமிழ் விரிவாக்கம் 'அனைத்திந்திய மருத்துவ அறிவியல் கழகம்' என்பதாகும். புதுடெல்லி, போபால், புவனேஸ்வர், ஜோத்பூர், பாட்னா, ராய்ப்பூர், ரிஷிகேஷ் ஆகிய இடங்களில் தற்போது உள்ளது. தமிழகத்தில் மதுரையில் இது தொடங்கப்பட இருக்கிறது.

எய்ம்ஸ் படிப்பில் சேர தனியே நுழைவுத்தேர்வு எழுத வேண்டும்.

பாதுகாப்புத்துறையின் மிகச் சிறந்த மருத்துவக் கல்லூரியான, புனேவில் உள்ள 'ஆர்ம்டு ஃபோர்சஸ் மெடிக்கல் கல்லூரி'யில் நீட் மதிப்பெண் அடிப்படையில் விண்ணப்பிக்கலாம்.

இது பலருக்கும் தெரிவதில்லை. இக்கல்லூரியில் இடம் கிடைத்தால் மருத்துவப் படிப்புக்குக் கட்டணம் எதுவும் செலுத்தத் தேவையில்லை. படிப்பும், பயிற்சியும் முடிந்ததும் டாக்டர் மற்றும் மருத்துவர் பதவியுடன் கூடிய வேலை நிச்சயம் உண்டு.

இராணுவ மருத்துவமனையில் ஏழரை ஆண்டுகள் பணியாற்றினால் மட்டும் போதும். பின்னர் தங்கள் விருப்பத்தின் படி பணியைத் தொடரலாம்.

மேலும் ரஷ்யா, சீனா, தாய்லாந்து போன்ற வெளிநாடுகளில் மருத்துவப் படிப்புப் படிக்கச் செல்லும் மாணவர்களும் உள்ளனர். இவ்வாறு மருத்துவப் படிப்புப் படிக்க வெளிநாடு செல்லும் மாணவர்களும் நீட் தேர்வு எழுத வேண்டும் என்றும், அதில் குறைந்த பட்ச மதிப்பெண் பெற்றுத் தேர்ச்சிப் பெற வேண்டியது கட்டாயம் என்றும் அரசு தற்போது அறிவித்துள்ளது.

பி.டி.எஸ்

(Bachelor of Dental Surgery)

பல் மருத்துவத்திற்கான இளநிலைப் பட்டப் படிப்பு. எம்.பி.பி.எஸ் படிப்பிற்கு இணையானதே. இதுவும் மொத்தம் ஐந்தரை ஆண்டுகள் படிக்க வேண்டும்.

பல் மருத்துவத்தில் பல் சிகிச்சை மட்டுமல்லாமல் முகச் சீரமைப்பு, பல் அழகுபடுத்துதல் போன்றவையும் அண்மைக் காலத்தில் மிகவும் முக்கியத்துவம் பெற்று வருகிறது. எனவே பல் மருத்துவர்களின் தேவை வேகமாக அதிகரித்து வருகிறது.

தமிழகத்தில் அரசுப் பல் மருத்துவக் கல்லூரி ஒன்று மட்டுமே உள்ளது. ஆனால் தனியார் மருத்துவக் கல்லூரிகள் நிறையவே உள்ளன.

பி.டி.எஸ் படிப்பில் சேருவதற்கும் நீட் தேர்வு அவசியம். எம்.பி.பி.எஸ் படிப்பில் சேர முடியாதவர்கள் உடனடியாக பி.டி.எஸ் படிப்பைத் தேர்ந்தெடுக்கின்றனர். இப்படிப்பை முடித்ததும் பல் மருத்துவக் கவுன்சிலில் பல் மருத்துவராகப் பதிவு செய்ய வேண்டும். அதன்பிறகு பல் மருத்துவராகப் பணிபுரியலாம்.

அனைத்து கார்ப்பரேட் மருத்துவ மனைகளிலும் தற்போது பல் சிகிச்சைக்கு என்று பிரத்யேகப் பிரிவு இருப்பதால் வேலை வாய்ப்புக்கு அதிக வாய்ப்பு உண்டு. மேலும் சொந்தமாகவும் சிறிய பல் மருத்துவமனையை நிறுவியும் பணியாற்றலாம்.

பல் மருத்துவச் சிகிச்சைக்குத் தேவையான பொருட்களைத் தயாரிக்கும் நிறுவனங்கள் மற்றும் ஆய்வுக் கூடங்களில் வேலை வாய்ப்பு உள்ளது.

பேரா டென்டல், டென்டல் மெட்டீரியல் அண்டு ஓரல் ஹைஜீன், டென்டல் டெக்னீஷியன் போன்ற டிப்ளமோ படிப்புகளிலும் படிக்கலாம். பிளஸ் 2 படித்து முடித்த மாணவர் கள் நீட் தேர்வு எழுதாமல் இத்தகைய டிப்ளமோ கோர்ஸ்களில் சேர்ந்து படிக்கலாம்.

பி.எஸ்சி., நர்சிங்

(Bachelor of Science, Nursing)

நர்சிங் படிப்பை முடித்தவர்கள் நர்ஸ் என்னும் செவிலியராகப் பணிபுரியலாம். நோயாளிகளுக்குச் சிகிச்சை அளிப்பது மற்றும் நோயாளிகளைப் பராமரிப்பது பற்றிய படிப்பு இது.

மருத்துவப் படிப்பு போன்று நோய்கள் பற்றியும், சிகிச்சை அளிக்கும் விதம் பற்றியும் கற்றுத் தரப்படுகின்றன.

பொதுவாக மருத்துவமனைகளில் மருத்துவர்கள் நோயாளி களைச் சோதித்து நோய்க்கான காரணிகளைக் கவனித்து சிகிச்சை செய்யும் முறை பற்றிப் பரிந்துரைப்பார்.

அதன் அடிப்படையில் உரிய நேரத்தில் நோயாளிக்கு ஊசி, மருந்து வழங்கி பராமரிக்கும் பணியை செவிலியர் செய்வர்.

இந்தியாவில் மட்டுமின்றி, உலக அளவில் செவிலியர்களின் தேவை அதிகமாக உள்ளது. அரசு மற்றும் தனியார் மருத்துவ மனைகள் செவிலியர்கள் இல்லாமல் இயங்கவே முடியாது.

மேலும், அரசு ஆரம்பச் சுகாதார நிலையங்களிலும் இவர் களுக்கு அதிக வாய்ப்புகள் உள்ளன.

படிப்பை முடித்ததும் மாநிலத்தில் உள்ள நர்சிங் கவுன்சிலில் பதிவு செய்ய வேண்டும். அதன்மூலம் அரசு மருத்துவமனைகளில் வேலை வாய்ப்புக் கிடைக்கும்.

உள்நாட்டில் மட்டுமல்லாமல் அரபு நாடுகள், அமெரிக்கா, இங்கிலாந்து போன்ற வெளிநாடுகளிலும் இவர்களுக்குப் பிரகாச மான வாய்ப்புகள் கொட்டிக் கிடக்கின்றன.

பி.பார்ம் / டி.பார்ம்

(Bachelor of Pharmacy / Diploma in Pharmacy)

மருந்துகளைத் தயாரித்தல், பாதுகாத்தல், உரிய முறையில் வழங்குதல் போன்றவற்றை பி.பார்ம் படிப்பு கற்றுத்தருகிறது. டி.பார்ம் படித்தால் பார்மசிஸ்ட் என்ற உரிமத்தைப் பெறமுடியும்.

பிளஸ் 2விற்குப் பிறகு பி.பார்ம் படிப்பைத் தேர்ந்தெடுத்தால் அதனை நான்கு ஆண்டுகள் பயில வேண்டும். டி.பார்ம் படிப்பைத் தேர்ந்தெடுத்தால் இரண்டு ஆண்டுகள் பயில வேண்டும்.

மருந்து மற்றும் அதனைக் கையாள்வது தொடர்பான படிப்பு இது. மருந்தின் தன்மை, அதில் சேர்க்கப்படும் இரசாயனப் பொருட்கள், அவற்றின் தனித்தன்மை, எந்த அளவில் சேர்க்கலாம், என்னென்ன நோய்களைக் குணப்படும், ஏற்படும் பக்க விளைவுகள் போன்றவை இந்தப் படிப்பில் கற்றுத் தரப்படுகிறது.

மருத்துவர்கள் எழுதிய மருந்துகளைத் தருவதற்கான உரிமை பார்மசிஸ்ட்களுக்கே உண்டு. பார்மசிஸ்ட் ஆக வேண்டும் என்றால் இந்தப் படிப்பு மிக அவசியம்.

இதனைப் படித்தால் சுயமாக மருந்துக் கடை வைக்கும் உரிமையைப் பெறலாம்.

மதுரை, தஞ்சை, கோவை மருத்துவக் கல்லூரிகளில் டி. பார்ம் படிப்பு உள்ளது. தமிழகத்தில் உள்ள பல பார்மஸிக் கல்லூரிகளில் பி. பார்ம் படிக்கலாம். பி. பார்ம் படிப்பிற்கு

அரசு ஒதுக்கீட்டின் கீழ் உள்ள இடங்களுக்கு கவுன்சிலிங் மூலம் மாணவர்கள் சேர்க்கை நடைபெறுகிறது.

டிரக் இன்ஸ்பெக்டர் பணிக்கு பார்மஸி பட்டதாரிகள் தமிழ்நாடு அரசுப் பணியாளர் தேர்வாணையம் மூலம் தேர்வு செய்யப்படுகிறார்கள்.

பி.எஸ்சி., (ரேடியாலஜி)

(B.Sc., : Radiology & Imaging Technology)

கதிரியக்க தொழில்நுட்பம் இதில் கற்றுத்தரப்படுகிறது. மனித உடல் உறுப்புகளின் அமைப்புகள் மற்றும் அதன் செயல்நிலை எவ்வாறு உள்ளது என்பதை அறிந்து கொள்ளலாம். இதில் தேர்ச்சி பெற்றவர்கள் 'ரேடியாலஜிஸ்ட்' என்று அழைக்கப்படுவர். ரேடியாலஜி படிப்பில் எக்ஸ்ரே, சி.டி.ஸ்கேன், எம்.ஆர்.ஐ. தொழில்நுட்பம் போன்றவற்றைப் பயன்படுத்தவும் மற்றும் பரிசோதனை செய்யும் முறைகள் பற்றியும் கற்பிக்கப் படுகிறது.

மருத்துவமனைகளில் கதிர்வீச்சு என்னும் எக்ஸ்ரே மனித உடம்புக்குள் செலுத்தப்பட்டு குறிப்பிட்ட உறுப்புகளைப் படம் பிடித்து, நோய்களைக் கண்டறிவது மற்றும் காயங்கள் அல்லது எலும்பு முறிவுகளை அளவிடுவதும் ரேடியாலஜிஸ்ட்களின் பணியாகும்.

இது மூன்று ஆண்டுகள் படிப்பு.

தவிர பி.எஸ்சி. (ரேடியோ தெரபி டெக்னாலஜி) என்னும் மூன்று ஆண்டுகள் படிப்பும் உள்ளது. அத்துடன் டி.ஆர்.டி.டி. (டிப்ளமோ இன் ரேடியோ டயகனாசிஸ் டெக்னாலஜி மற்றும் டி.ஆர்.ஐ.டி. (டிப்ளமோ இன் ரேடியோ தெரபி டெக்னாலஜி) ஆகிய இரண்டு ஆண்டுகள் பட்டயப் படிப்புகளும் உள்ளன.

பி.ஆப்தம்

(Bachelor in Optometry)

கண்களின் அமைப்பு மற்றும் அதன் செயல்பாடுகளைப் பற்றிப் படிப்பது ஆப்தாமெட்ரி எனப்படும். பார்வைக் குறைபாடு தொடர்பான பரிசோதனைகள், கண் நோய்களைக் கண்டறியும் முறைகள், கண் சிகிச்சை முறைகள் பற்றி இந்தப் படிப்பில் கற்றுத் தரப்படுகிறது.

கிட்டப் பார்வை அல்லது தூரப் பார்வை உடையவர்கள் என்ன மாதிரியான கண்ணாடிகளை அணிய வேண்டும் என்பது போன்ற கண் தொடர்பான கோளாறுகளுக்கு மருத்துவர்கள் சிகிச்சை அளிப்பதற்கு முன் தேவையான பரிசோதனைகளை செய்து, அதற்கேற்ற சிகிச்சை குறிப்புகளை வழங்குபவர்கள் தான் 'ஆப்தாமெட்ரிஸ்ட் என்று அழைக்கப்படுகின்றனர்.

மருத்துவமனைகளில் கண் மருத்துவர்களுக்கு உதவியாளர் களாகச் செயல்படும் இவர்கள் பி.ஆப்தம் என்னும் நான்கு ஆண்டுகள் பட்டப் படிப்பைப் படிக்க வேண்டும்.

இதில் டி.ஆர்.டி.டி. என்னும் இரண்டு ஆண்டுகள் டிப்ளமோ படிப்பும் உள்ளது.

DRDT : Diploma in Optometry

பி.எஸ்சி. மெடிக்கல் லேபாரட்டரி

(B.Sc., : Medical Laboratory Technology)

மருத்துவ ஆய்வுக்கூடப் பரிசோதனைகள் மூலம் நோய்களைக் கண்டறிதல், நோயினைப் பகுத்து ஆராய்தல்,

மருத்துவரின் ஆலோசனைக்கு ஏற்ப ஆய்வுக்கூடத்தில் தேவையான பரிசோதனைகளைச் செய்து கொடுப்பது போன்றவை பற்றிய படிப்பு இது.

உடலில் உள்ள நீர் அளவு, ரத்தத்தின் அளவு, உப்பின் அளவு, சர்க்கரை அளவு, சதை, கெமிக்கல் அனாலிஸ், உடலில் உள்ள செல்களின் எண்ணிக்கையைக் கண்டறியும் முறைகள், நோய்க் கிருமிகள் கண்டறிதல் போன்றவற்றைப் பற்றி இந்தப் படிப்பின் மூலம் அறிந்துகொள்ளலாம்.

லேப் டெக்னிசியன் எனப்படும் இவர்கள் மருத்துவ மனைகளில் ஹெமாட்டாலஜி, இம்யூனாலாஜி, கிளினிக்கல் பேதாலஜி, பிளட் பேங்க் டெக்னாலஜி, மாலிகுலார் பேதாலஜி, பயோ கெமிஸ்டரி, மைக்ரோபயாலஜி மற்றும் சிரோலஜி உள்ளிட்ட பிரிவுகளில் பணியாற்ற முடியும். மேலும் மருத்துவ பரிசோதனை மையங்களிலும் பணியாற்ற முடியும்.

இது ஒரு நான்கு ஆண்டுகள் பட்டப்படிப்பு. மேலும் டி.எம்.எல்.டி. என்னும் இரண்டு ஆண்டுகள் டிப்ளமோ படிப்பும் உள்ளது.

DMLT : Diploma in Medical Laboratory Technology

பி.ஓ.டி.

(B.O.T : Occupational Therapy)

இயல்பு நிலையிலிருந்து மாறுபட்ட மனிதர்களின் செயல்பாடுகளுக்கான காரணங்களைக் கண்டறிந்து, அதற்கேற்ப சிகிச்சை அளிப்பது ‘ஆக்குபேஷனல் தெரபி’ என்று அழைக்கப்படுகிறது.

சாப்பிடுவது, உடை மாற்றுவது போன்ற அன்றாட வேலைகளுக்காக நோயாளிகள் யாரையும் சார்ந்திருக்காமல் தங்கள் வாழ்க்கையைத் தமக்குப் பிடித்த வகையில் மேற்கொள்ளத் தேவையான சிறப்புச் சிகிச்சைகள் அளிப்பது குறித்து இப்படிப்பில் கற்றுத் தரப்படுகிறது.

இந்த வகை நோயாளிகளுக்கு சிகிச்சை அளிக்கும்போது டாக்டர்கள், பிசியோதெரபிஸ்ட்களுடன் ஆக்குபேஷனல் தெரபிஸ்ட்களும் இணைந்து பணியாற்றுகின்றனர்.

நோயாளிகளுக்குச் செயற்கை உறுப்புகளைப் பயன்படுத்தவும், குறிப்பிட்ட தசைகளின் இழந்த செயல்பாடுகளை மீட்கவும்

ஆக்குபேஷனல் தெரபிஸ்ட்கள் சிகிச்சை அளிக்கின்றனர்.

இந்தப் படிப்பைப் படித்தவர்கள் நோயாளிகளுக்குச் சிகிச்சை அளிக்க புதிய உபகரணங்கள் வடிவமைக்கும் தொழில்நுட்ப ஆலோசகர்களாகவும், பயிற்சியாளராகவும், ஆசிரியராகவும் பணியாற்ற முடியும்.

மேலும் அரசு மற்றும் தனியார் மருத்துவமனைகள், மறுவாழ்வு மையங்கள், மாற்றுத் திறனாளிகளுக்கான பள்ளிகள், சுகாதார மையங்கள், விளையாட்டு மையங்கள் போன்றவற்றிலும் இவர்கள் பணியாற்ற முடியும்.

இது நான்கரை ஆண்டுகள் பட்டப்படிப்பு ஆகும்.

பி.பி.டி.

(B.P.T : Physiotherapy)

உடல் இயக்கக் குறைபாடுகளைத் தீர்ப்பதற்கான பயிற்சிகள் பிசியோதெரபிக்கான இந்தப் படிப்பில் கற்றுத் தரப்படுகின்றன. மனித உடலில் சரியான இயக்கம் மற்றும் செயல்பாடுகளை ஊக்குவிப்பதும், அவயங்களின் ஒழுங்கற்ற தன்மையைச் சீராக்குவதும் பிசியோதெரபியின் முக்கியப் பணியாகும்.

எலும்பு முறிவு, சதைப் பிடிப்பு, மூட்டு வலி போன்றவற்றுக்கு சிகிச்சை அளித்து வலியைப் போக்குவதில் பிசியோதெரபிஸ்டுகள் முக்கியப் பங்கு வகிக்கிறார்கள். இந்தப் படிப்பில் நோயாளிகளுக்கான உடற்பயிற்சி முறைகள் மற்றும் இதர தெரபி முறைகள் கற்றுத்தரப்படுகின்றன.

பிசியோதெரபிஸ்ட்களுக்கு மருத்துவமனைகள், புனர்வாழ்வு மையங்கள் போன்ற இடங்களில் பணி வாய்ப்புகள் உள்ளன. தனியாகக் கிளினிக் அமைத்தும் சிகிச்சை அளிக்கலாம்.

இது நான்கரை ஆண்டுகள் பட்டப் படிப்பு ஆகும்.

பி.எஸ்சி. (பெர்பியூஷன் டெக்னாலஜி)

(B.Sc : Cardiac-Pulmonary Perfusion Technology)

இதயச் செயல்பாடு மற்றும் அதன் இயக்கம் பற்றிய படிப்பு இது. இதய அறுவை சிகிச்சையின் போது உடலின் ரத்த ஓட்டம் நின்றுவிடாமல் இருக்கவும், சீராகச் செயல்படுகின்றதா என்பதைக் கண்காணிக்கவும் 'பெர்பியூஷனிஸ்ட்' உதவி தேவைப்படுகிறது. எனவே பெர்பியூஷனிஸ்ட் இல்லாமல் இருதய அறுவை சிகிச்சை

நடைபெறுவதில்லை.

இவர்களின் தேவை இதய மருத்துவர்களுக்கு இணையானது என்பதால் மருத்துவத் துறையில் இவர்களுக்கான தேவைகள் அதிகம். இதய சிகிச்சை அளிக்கும் மருத்துவமனைகளில் இவர்களுக்கான வேலை வாய்ப்பு அதிகம்.

இது நான்கு ஆண்டுகள் பட்டப்படிப்பு.

பி.எஸ்சி., (ஆபரேஷன் தியேட்டர் டெக்னாலஜி)

(B.Sc., : Operation Theatre & Anesthesia Technology)

மருத்துவ அறுவை சிகிச்சை அறையில் தேவைப்படும் மருத்துவ உபகரணங்களைக் கையாளுவது பற்றிய படிப்பு. அறுவை சிகிச்சையின்போது மருத்துவருடன் இணைந்து தேவையான உதவிகளைச் செய்வது, அறுவை சிகிச்சைக்கு முன் அறுவை சிகிச்சை அறை மற்றும் தேவைப்படும் கருவிகளை தயார் நிலையில் வைப்பது என்று பல்வேறு பணிகளை ஆபரேஷன் தியேட்டர் டெக்னீஷியன்ஸ் மேற்கொள்கின்றனர்.

இந்தப் படிப்பு நான்கு ஆண்டுகள் பட்டப் படிப்பு ஆகும்.

தியேட்டர் டெக்னீஷியன் என்னும் ஓராண்டுப் பட்டயப் படிப்பும் உள்ளது.

பெரிய மருத்துவமனைகள் மற்றும் ஆபரேஷன் தியேட்டர்களில் இவர்களுக்கு வேலை வாய்ப்பு உள்ளது. இதில் கீழ்கண்ட நான்கு ஆண்டுகள் பட்ட படிப்பு ஒன்றும், ஓராண்டு சான்றிதழ் படிப்பு ஒன்றும் உள்ளன.

பி.எஸ்சி., (டயாலிசஸ் டெக்னாலஜி)

(B.Sc., : Dialysis Technology)

சிறுநீரகங்கள் சேதமடைந்தாலோ அல்லது பிற நோய்த் தொற்றுகளால் பாதிக்கப்பட்டு சிறுநீரகங்கள் செயல் இழந்தாலோ இரத்தத்தைச் சுத்தப்படுத்தும் பணியைச் செய்யும் சிகிச்சைக்கான படிப்பு இது.

டயாலிசஸ் இயந்திரத்தைப் பொருத்துதல், ஸ்டெர்லைசேஷன் கலவை தயாரித்தல், நோயாளியைக் கண்காணித்தல், டயாலிசஸ் இயந்திரத்தை இயக்குதல், மேற்பார்வை செய்தல், இரத்த ஓட்டத்தைக் கணக்கிடுதல், இயந்திரத்தைச் சுத்தம் செய்தல் மற்றும் ஆய்வு செய்தல் போன்ற பயிற்சிகள் வழங்கப்படுகின்றன.

இது நான்கு ஆண்டுகள் பட்டப்படிப்பு. மேலும் டயாலிசஸ் டெக்னாலஜி என்னும் ஓராண்டு சான்றிதழ் படிப்பும் உள்ளது.

பி.ஏ.எஸ்.எல்பி (ஸ்பீச் லேங்வேஜ் பேதாலஜி)

(BASLP : Audiology and Speech Language Pathology)

கேட்பது மற்றும் பேசுவதில் குறைபாடுள்ள குழந்தைகள், கேட்கும் திறன் மற்றும் பேசும் திறனை இழந்தவர்கள், திக்குவாய்

போன்ற பிரச்சனைக்கு உட்பட்டவர்கள் மற்றும் மனநலம் பாதிக்கப்பட்டவர்களின் குறைபாடுகளைக் கண்டறிந்து அதைக் குணப்படுத்தும் சிகிச்சை முறைகள் பற்றிய படிப்பு இது.

மருத்துவமனைகள் மற்றும் காது கேளாதோர் கல்வி நிறுவனங்களில் ஆடியாலஜிஸ்ட் மற்றும் ஸ்பீச் தெரபிஸ்ட்களுக்கான பணி வாய்ப்புகள் அதிகம். தனியாகக் கிளினிக் வைத்தும் பணியாற்றலாம். வெளிநாட்டில் நல்ல வேலைவாய்ப்புகள் உள்ளன.

நான்கு ஆண்டுகள் பட்டப் படிப்பு இது. மேலும் ஓராண்டு சான்றிதழ் படிப்புகளும் உள்ளன. அவை ஆடியோமெட்ரி டெக்னீஷியன் மற்றும் இயரிங் லேங்குவேஜ் அன்ட் ஸ்பீச் டெக்னீஷியன்.

மெடிக்கல் ரெக்கார்டு சயின்ஸ்

(Medical Record Technician)

நோயாளிகளின் மருத்துவ விபரங்கள் பராமரிப்பு பற்றிய படிப்பாகும். இதில் மனித உடல்கூறு, நோய்கள், முக்கிய நோய் தீர்க்கும் மருந்துகள், நோயாளிகளின் நோய் குறிப்புகளைப் படித்து அதற்கேற்ப அவற்றைக் கையாளும் முறை போன்றவை கற்றுத் தரப்படுகின்றன.

தொழில்நுட்பக் காலத்திற்கு ஏற்றவாறு மின்னணு சாதன அமைப்பில் விவரங்களைப் பதிவு செய்வது, அதன் விதிமுறைகள், எத்தகைய தகவல்கள் இடம்பெற வேண்டும் என்பது பற்றியும் கற்பிக்கப்படுகின்றன.

இப்படிப்பு படித்தவர்களுக்கு மருத்துவத் துறைகளிலும், பெரிய மருத்துவமனைகளிலும் வேலை வாய்ப்புகள் உள்ளன.

இது இரண்டு ஆண்டுகள் பட்டப் படிப்பு ஆகும். மேலும் டிப்ளமோ இன் மெடிக்கல் ரெக்கார்டு சயின்ஸ் என்னும் ஓராண்டு சான்றிதழ் படிப்பும் உள்ளது.

பி.எஸ்சி. (ரெஸ்பிரேடரி தெரபி)

(B.Sc : Respiratory Therapy)

புற்றுநோய், ஆஸ்துமா, மூச்சுக்குழாய் அழற்சி, நிமோனியா மற்றும் இருதய நோய்களால் ஏற்படும் சுவாசப் பிரச்சனைகளுக்கு சிகிச்சை அளிப்பது தொடர்பான படிப்பு.

இதில் மருந்துகளை நிர்வகித்தல், கார்டியோ பல்மோனாரி சிகிச்சை தொடர்பான உபகரணங்களைக் கையாள்வது, ஆக்ஸிஜன் மற்றும் பிற வாயுக்களின் அளவைத் தீர்மானிப்பதற்கு இரத்த மாதிரிகளை பகுப்பாய்வு செய்தல், செயற்கை மூச்சுக் குழாய்களை நிர்வகித்தல், முக்கிய சுவாச அறிகுறிகளை மதிப்பீடு செய்தல், நோயாளிகளுக்கு மறுவாழ்வு நடவடிக்கைகள் மேற்கொள்ளுதல் பற்றிக் கற்றுத் தரப்படுகிறது.

இது நான்கு ஆண்டுகள் பட்டப்படிப்பு ஆகும். மேலும் ரெஸ்பிரேடரி தெரபி டெக்னீஷியன் என்னும் ஓராண்டு சான்றிதழ் படிப்பும் உண்டு.

பி.எஸ்சி. (கார்டியோ டெக்னாலஜி)

(B.Sc., : Cardiac Technology)

இதயம் மற்றும் அது தொடர்பான பிரச்சினைகள், சிகிச்சை முறைகள் பற்றிய படிப்பு. அல்ட்ரா சவுண்ட் மூலம் இதயத்தைப் படங்கள் எடுக்கும் தொழில்நுட்ப முறைகள், எடுத்த படங்களைப் பகுப்பாய்வு செய்தல் மற்றும் நோய் கண்டறியும் செயல்முறைகள் ஆகியவை பற்றிக் கற்றுத் தரப்படுகிறது.

இதய நோய்களைக் கண்டறிவதிலும், அதற்குச் சிகிச்சை அளிப்பதிலும் இதய மருத்துவர்களுக்கு இரத்த ஓட்ட நிலைகள் மற்றும் இதயத்தில் ஏற்படக்கூடிய பிரச்சனைகளைத் துல்லியமாகக் கண்காணித்து மருத்துவ அறிக்கையைத் தயார் செய்வதிலும் கார்டியோ வாஸ்குலர் டெக்னாலஜிஸ்ட்கள் உதவுகின்றனர்.

இது நான்கு ஆண்டுகள் பட்டப் படிப்பு. மேலும் கார்டியாக் சோனோகிராஃபி டெக்னீஷியன் என்னும் ஓராண்டு சான்றிதழ் படிப்பும் உள்ளது.

பி.எஸ்சி. (எமர்ஜென்சி கேர் டெக்னாலஜி)

(B.Sc : Accident & Emergency Care Technology)

அவசர சிகிச்சை தேவைப்படுவோருக்கான சிகிச்சை முறைகள் பற்றிக் கற்றுத் தரப்படும் படிப்பு இது. அவசர சிகிச்சை தேவைப்படுவோரை பாதுகாப்பாய் மருத்துவமனைக்குக் கொண்டு செல்வது, உடனடி முதலுதவி அளிப்பது மற்றும் அறுவை சிகிச்சைக்கு விரைவாக உதவுவது என்பன பற்றிக் கற்பிக்கப் படுகிறது.

இது நான்கு ஆண்டுகள் பட்டப்படிப்பு ஆகும். மேலும் எமர்ஜென்சி கேர் டெக்னீஷியன் என்னும் ஓராண்டுச் சான்றிதழ் படிப்பும் உண்டு.

டிப்ளமோ இன் டென்டல் ஹைஜீனிஸ்ட்

(Diploma in Dental Hygienist)

பல் மருத்துவ சிகிச்சை தொடர்பான படிப்பு. பல் பராமரிப்பு, பல் பாதுகாப்பு மற்றும் பல் சிகிச்சை தொடர்பாக இப்படிப்பில் கற்றுத் தரப்படுகிறது. இவர்கள் பல் மருத்துவ மனைகளில் பல் மருத்துவருக்குத் துணையாகச் செயல்படுவர்.

இரண்டு ஆண்டுகள் சான்றிதழ் படிப்பு இது. மேலும் டிப்ளமோ இன் டென்டல் மெக்கானிக் என்ற சான்றிதழ் படிப்பும் உள்ளது. இதுவும் இரண்டு ஆண்டுகள் சான்றிதழ் படிப்பு ஆகும்.

பி.எஸ்சி. (மருத்துவ உதவியாளர்)

(B.Sc : Physician Assistant)

நோய்கள் பற்றியும், அதற்கான சிகிச்சை பற்றியும் கற்றுத் தரப்படுகிறது. இப்படிப்புகளை முடிப்பவர்கள் மருத்துவர் களுக்குத் துணையாகச் செயல்படுவர்.

இது நான்கு ஆண்டுகள் பட்டப்படிப்பு ஆகும். மேலும் பி.எஸ்சி (கிரிட்டிக்கல் கேர் டெக்னாலஜி) என்னும் நான்கு ஆண்டுகள் பட்டப்படிப்பும் உள்ளது.

மருத்துவத் துறை சார்ந்த படிப்புகளாக மேலும் சில படிப்புகள் இருக்கத்தான் செய்கின்றன.

1. Certificate in Tread Mill Technician
2. Certificate in Pump Technician
3. Certificate in Orthopedic Technician
4. Certificate in Clinical, Nutrition & Food Service Management Technician
5. Certificate in E.E.G/E.M.G Course Technician
6. Certificate in Multi-Purpose Hospital Worker

3

கால்நடை மருத்துவப் படிப்பு

காால்நடைகளுக்கு மருத்துவம் பார்க்கும் மருத்துவ அறிவியல் படிப்பு கால்நடை மருத்துவப் படிப்பு **(B.V.Sc.,** - Bachelor of Veterinary Science) இவர்களும் அலோபதி மருத்துவர்களுக்கு இணையாகக் கருதப்படுவதால் இந்தப் படிப்பில் சேருவதற்கு நீட் தேர்வு அவசியம் என்பது இன்னும் சட்டமாக்கப் படவில்லை. எனவே பிளஸ் 2 கட்ஆஃப் மதிப்பெண்கள் மூலமாக மாநில அரசு கவுன்சலிங் மூலம் இடங்கள் நிரப்பப் படுகின்றன.

தமிழகத்தில் ஆறு இடங்களில் அரசு கால்நடை மருத்துவக் கல்லூரிகள் உள்ளன. தனியார் கல்லூரிகள் எதுவும் கிடையாது.

பிற மருத்துவப் படிப்பைப் போலவே மொத்தம் ஐந்தரை ஆண்டுகள் படிக்க வேண்டும்.

பிவிஎஸ்சி படிப்பு மொத்தம் ஐந்தரை ஆண்டுகள். இது தவிர மேலும் மூன்று வகையான படிப்புகளும் உள்ளன.

பி.டெக் (ஃபுட் டெக்னாலஜி), பி.டெக் (பவுல்ட்ரி டெக்னாலஜி) மற்றும் பி.டெக் (டயரி டெக்னாலஜி) என்று படிப்புகளும் உள்ளன. இவை அனைத்தும் பொறியியல் சார்ந்த படிப்புகளாகக் கருதப்படுவதால் மொத்தம் நான்கு ஆண்டுகள் மட்டுமே இந்தப் படிப்புகளைப் படித்தால் போதுமானது.

மருத்துவம் படிக்க விரும்பி நீட் தேர்வு மதிப்பெண் அடிப்படையில் மருத்துவப் படிப்பில் இடம் கிடைக்காத மாணவர்கள் பலரும் பிளஸ் 2 மதிப்பெண்கள் அடிப்படையில் கால்நடை மருத்துவப் படிப்பில் சேருகின்றனர்.

சுயமாகக் கால்நடை மற்றும் செல்லப் பிராணிகள் கிளினிக் துவங்கி சிகிச்சை அளிக்கலாம். கால்நடை பண்ணைகளிலும், கால்நடை மருந்து தயாரிப்பு நிறுவனங்களிலும், கால்நடை உணவு தயாரிக்கும் நிறுவனங்களிலும் வேலை வாய்ப்பு பெறலாம்.

4

இந்திய முறை மருத்துவம்

உலகம் முழுவதும் கோலோச்சிக் கொண்டிருக்கிறது ஆங்கில மருத்துவ முறை. அல்லோபதி என்று அழைக்கப்படும் இந்த மருத்துவப் படிப்பைப் படிக்க வேண்டும் என்றால் எம்.பி.பி.எஸ். படிப்பு நிச்சயம் வேண்டும். இது நாம் அறிந்த ஒன்று.

ஆங்கிலேயர்களால் கண்டுபிடிக்கப் பட்ட இந்த மருத்துவம் உலகின் பெரும் பகுதிகளை அவர்கள் ஆக்ரமித்துக் கொண்ட போது அறிமுகப்படுத்தப்பட்டது. ஆங்கிலேயர் களின் ஆக்ரமிப்புகள் ஒழிந்த போதிலும் ஆங்கில மருத்துவம் மட்டும் இன்னும் ஆளுமைத்திறன் குன்றாமல் இருந்து வருகிறது.

என்றாலும் உலகின் பல பகுதிகளிலும் இன்னும் அவர்கள் மண்ணின் பாரம்பரிய மருத்துவ முறைகள் இருந்துகொண்டுதான் இருக்கின்றன. அவற்றை இந்த அல்லோபதி மருத்துவத்தால் அழித்துவிட முடியவில்லை என்பதுதான் உண்மை.

இந்தியாவிலும் பாரம்பரிய மருத்துவம் இன்றும் நின்று நிலைத்துக் கொண்டுதான் இருக்கிறது. ஆங்கிலேயர்களிடம் இருந்து விடுதலை பெற்று நம்மவர்களின் ஆட்சி

நடைபெறும் இந்த காலக்கட்டத்திலும் ஆட்சியாளர்களால் ஆங்கில மருத்துவ முறைக்கே அதிக முக்கியத்துவம் அளிக்கப்பட்டு வருகிறது. ஆனாலும் பாரம்பரியமிக்க நமது மருத்துவ முறையை அழித்து சிதைக்க முடியவில்லை என்பதே மகத்தான உண்மை.

சித்த மருத்துவம், ஹோமியோபதி மருத்துவம், ஆயுர்வேத மருத்துவம், யுனானி மருத்துவம், யோகா மற்றும் இயற்கை மருத்துவம் என்கிற பாரம்பரிய மருத்துவம் இன்றும் நமது நாட்டில் இருக்கத்தான் செய்கின்றது.

இந்த மருத்துவ முறைகளில் சிகிச்சை வழங்கவும், அதற்கான படிப்புகளைப் படிக்கவும் அரசு அனுமதி வழங்கி உள்ளது.

சித்த மருத்துவ படிப்பு என்றால் அதற்கு பிஎஸ்எம்எஸ் (BSMS) என்ற படிப்பு அவசியம்.

ஹோமியோபதி மருத்துவ படிப்புக்கு பிஎச்எம்எஸ் (BHMS) கோர்ஸ் படிக்க வேண்டும்.

ஆயுர்வேத மருத்துவ படிப்பு என்றால் பிஏஎம்எஸ் (BAMS) படிக்க வேண்டும்.

யுனானி மருத்துவ படிப்புக்கு பியுஎம்எஸ் (BUMS) படிப்புப் படிக்க வேண்டும்.

நேச்சுரோபதி மற்றும் யோகிக் சயின்சஸ் மருத்துவ படிப்புக்கு பிஎன்ஒய்எஸ் (BNYS) படிக்க வேண்டும்.

இந்த மருத்துவப் படிப்புகள் அனைத்தும் இந்திய அரசால் அங்கீகரிக்கப்பட்டுள்ளன. இந்தப் படிப்பில் சேருவதற்கும் நீட் என்னும் பொது நுழைவுத் தேர்வு அவசியம். நீட் தேர்வின் மதிப்பெண்கள் அடிப்படையில்தான் மாணவர் சேர்க்கை நடைபெறுகிறது.

ஆனாலும் பிஎன்ஒய்எஸ் என்னும் நேச்சுரோபதி மருத்துவ படிப்புக்கு மட்டும் பிளஸ் 2வில் மாணவர்கள் பெறும் மதிப்பெண்கள் அடிப்படையில் சேர்க்கை நடைபெறுவதால் இதற்கு மட்டும் நீட் தேர்வு கட்டாயம் கிடையாது.

இந்தப் படிப்புகள் அனைத்தும் எம்பிபிஎஸ் போன்று ஒரு வருட இன்டர்ன்ஷிப்புடன் கூடிய ஐந்தரை ஆண்டுக் கால மருத்துவப் படிப்புகளாகும்.

இந்திய முறை இளநிலை மருத்துவப் படிப்புகள் அனைத்தும் தமிழ்நாடு டாக்டர் எம்.ஜி.ஆர் மருத்துவப் பல்கலைக்கழகத்தால் அங்கீகரிக்கப்பட்ட எம்பிபிஎஸ் படிப்புக்கு இணையானவை.

இதில் சேர பிளஸ் 2வில் இயற்பியல், வேதியியல், உயிரியல் அல்லது தாவரவியல், விலங்கியல் பாடங்களை எடுத்து நல்ல மதிப்பெண்களுடன் தேர்ச்சி பெற்றிருக்க வேண்டும்.

நான்கரை ஆண்டு கல்லூரிப் படிப்புடன் மேலும் ஓராண்டு ஹவுஸ் சர்ஜன் பயிற்சி முடிக்க வேண்டும். எனவே மொத்தம் ஐந்தரை ஆண்டுகள் படிப்பு இது. நான்கரை ஆண்டு படிப்பில் தமிழ் மற்றும் ஆங்கிலம் சரி பாதியளவில் இருக்கும்.

சித்த மருத்துவப் படிப்பு

BSMS (Bachelor of Siddha Medicine and Surgery)

சித்த மருத்துவம் என்பது சித்தர்கள் தமிழ் மொழியில் உருவாக்கிய தமிழ் மருத்துவ முறை. சித்த மருத்துவத்தின் தோற்றம் பற்றிக் கூற இயலாது. அது பாரம்பரியமாக வழக்கத்தில் உள்ளது.

இயற்கையில் கிடைக்கக்கூடிய புல், பூண்டு, மரம், செடி, கொடி, வேர், பட்டை, இலை, பூ, பிஞ்சு, காய், பழம், விதை முதலியவற்றைப் பயன்படுத்தி இம்மருத்துவத்தின் மூலம் சிகிச்சை அளிக்கப்படுகிறது.

நவரத்தினங்கள், நவலோகங்கள், இரசம், கந்தகம், கற்பூரம், தாரம், அயம், பவளம், துருசு முதலியவைகளைக் கொண்டும் சித்த வைத்தியத்தில் மருந்துகள் தயாரிக்கப்படுகின்றன.

மேலும் திரிகடுகு, திரிசாதி, திரிபலை, அரிசி வகை, பஸ்பம், செந்தூரம், மாத்திரை, கட்டுகள், பொடிகள், குளித்தைலங்கள், கஷாயங்கள் போன்றவையும் சித்த வைத்திய முறையில் பயன் படுத்தப்படுகின்றன.

நல்ல தண்ணீர், கடல் நீர், ஊற்று நீர், கிணற்று நீர் முதலிய பல நீர் வகைகளைக் கொண்டும், பால், தேன், சீனி (சர்க்கரை), நெய் முதலியவற்றைப் பயன்படுத்தியும், தெங்கு, புங்கு, புன்னை, வேம்பு, எள் ஆகிய தாவர எண்ணெய் வகைகளைக் கொண்டும் உருவாக்கப்பட்ட ஒரு மருத்துவ முறையாக விளங்குகிறது.

நாக்கின் நிறம், குரல், கண்கள் பார்த்தும், நாடி பிடித்தும், தொடுதல் மூலமாகவும் நோய்களைக் கண்டறிந்து தாவரங்கள்,

பட்டை, வேர்கள், விலங்குகளின் தாதுக்கள் மூலம் நோய்களுக்கு சிகிச்சை அளிக்கப்படுகிறது.

முக்கியமாக சித்த வைத்திய முறையிலான மருந்துகள் எந்தவிதப் பக்கவிளைவுகளையும் ஏற்படுத்தாது என்பது மிக முக்கியமாகத் தெரிந்துகொள்ள வேண்டியது.

இந்தப் படிப்பிற்காக சித்த மருத்துவக் கல்லூரிகள் அமைக்கப்பட்டுள்ளன. தமிழகத்தில் இளநிலை பட்டப் படிப்புக்கான சித்த மருத்துவ அரசுக் கல்லூரிகள் இரண்டும், தனியார் கல்லூரிகள் ஒன்பதும் உள்ளன.

முற்றிலும் தமிழ் மருத்துவப் படிப்பாக இருப்பதால் இந்தப் படிப்பிற்கான வெளிநாட்டு வேலை வாய்ப்புகள் மிகவும் குறைவு. ஆங்கில மருத்துவர்களைப் போலவே சித்த மருத்துவர்களும் சொந்தமாகக் கிளினிக் வைத்து வைத்தியம் பார்க்கலாம்.

மேலும் சித்த மருத்துவம் பயின்றவர்கள் மருத்துவக் கல்லூரி மருத்துவமனைகள், வட்டார மருத்துவமனைகள், அரசு ஆரம்ப சுகாதார நிலையங்களில் உள்ள சித்த மருத்துவப் பிரிவுகளில் சித்த மருத்துவராகப் பணிபுரிய வாய்ப்புகள் உள்ளன.

அத்துடன் இஎஸ்ஐ மருத்துவமனைகள், ரயில்வே மருத்துவ மனைகளிலும் உதவி மருத்துவ அலுவலர்களாகப் பணியாற்றலாம்.

ஹோமியோபதி மருத்துவப் படிப்பு

BHMS (Bachelor of Homeopathy Medicine and Surgery)

அலோபதிக்கு அடுத்து உலகில் பெருமளவில் மக்களின் ஆதரவைப் பெற்று விளங்குகிறது ஹோமியோபதி மருத்துவ முறை. 85க்கும் மேற்பட்ட நாடுகளில் இந்த மருத்துவ முறை பயன்பாட்டில் உள்ளது. இன்றைக்கு உலகம் முழுவதும் சுமார் 20 கோடிப் பேர் ஹோமியோபதி மருத்துவத்தைப் பயன்படுத்தி வருகின்றனர்.

தாவரங்கள், விலங்குகள், உலோகங்கள், கனிமங்கள் போன்ற பல்வேறு பொருட்களில் இருந்து ஹோமியோபதி மருந்துக்கான மூலப் பொருட்கள் பெறப்படுகின்றன. பின்னர் சர்க்கரை உருண்டையுடன் சேர்த்து நோயாளிக்கு மருந்தாகக் கொடுக்கப் படுகிறது.

இத்தகைய மருத்துவக் கல்விக்காக ‘ஹோமியோபதி மருத்துவக் கல்லூரிகள்’ அமைக்கப்பட்டுள்ளன. தமிழகத்தில்

அரசுக் கல்லூரி ஒன்றும், தனியார் கல்லூரிகள் ஒன்பதும் உள்ளன. அத்துடன் நிகர்நிலைப் பல்கலைக் கழகம் ஒன்றும் அமைந்துள்ளது.

இந்தப் படிப்பைப் படிப்பதற்கும் நீட் தேர்வு அவசியம். பிளஸ் 2வில் வேதியியல், இயற்பியல், கணிதம், உயிரியல் ஆகிய பிரிவில் நல்ல மதிப்பெண்கள் பெற்றிருக்க வேண்டும்.

மொத்தம் ஐந்தரை ஆண்டுகள் படிக்க வேண்டும். நான்கரை ஆண்டுகள் படிப்பு. மீதமுள்ள ஓராண்டு பயிற்சி.

ஹோமியோபதி மருத்துவத்தில் பட்டம் பெற்றவர்கள் மாவட்ட மற்றும் வட்ட அரசு மருத்துவமனைகள், இஎஸ்ஐ மற்றும் இரயில்வே மருத்துவமனைகள், மருந்துக் கட்டுப்பாட்டு மையங்கள், ஹோமியோபதி சிறப்பு மையங்கள், ஹோமியோபதி மருந்து உற்பத்தி நிறுவனங்கள் போன்றவற்றில் பணியாற்றலாம்.

உலகெங்கும் உள்ள ஹோமியோபதி மருத்துவமனைகளிலும் இவர்கள் பணிபுரிய முடியும். சொந்தமாகவும் கிளினிக்குகள் வைத்துப் பணியாற்றலாம்.

ஆயுர்வேத மருத்துவப் படிப்பு

BAMS (Bachelor of Ayurveda Medicine and Surgery)

கி.மு. 600ஆம் ஆண்டில் இந்தியாவில் தோன்றிய மிகப் பழமையான மருத்துவ முறை ஆயுர்வேதம். நோய்களைக் குணப்படுத்துவதோடு மட்டுமல்லாமல் நோய்கள் வராமல் தடுக்கும் சக்தியும் இதற்கு உண்டு.

இது நோய்களைத் தடுப்பதோடு குணப்படுத்தவும் செய்யும். ஆயுர்வேதத்தால் குணப்படுத்த முடியாத நோய்களே இல்லை என்றும் நம்பப்படுகிறது.

நோயாளியின் வயது, மனநலம், தனிப்பட்ட உணவுப் பழக்கம், வாழ்வியல் முறைகளைக் கருத்தில் கொண்டு சிகிச்சை அளிப்பது ஆயுர்வேதத்தின் சிறப்பு.

எந்தவிதமான பக்க விளைவுகளையும் ஏற்படுத்தாமல், இயற்கையான முறையில் சிறப்பாகச் செயல்படக் கூடிய தன்மை ஆயுர்வேத மருத்துவத்திற்கு உண்டு.

தமிழகத்தில் அரசு ஆயுர்வேத மருத்துவக் கல்லூரி ஒன்று உள்ளது. தனியார் கல்லூரிகள் ஆறு உள்ளன.

இந்தப் படிப்பும் மொத்தம் ஐந்தரை ஆண்டுகள் ஆகும். நான்கரை ஆண்டுகள் கல்லூரிப் படிப்பு, மீதமுள்ள ஓராண்டு பயிற்சிக் காலம் என்று பிரிக்கப்பட்டுள்ளது.

நான்கரை ஆண்டுப் படிப்பானது ஒன்றரை ஆண்டுகள் வீதம் மூன்று பிரிவாகப் பிரிக்கப்பட்டுள்ளது.

தமிழக அரசு மருத்துவத் துறையில் உதவி மருத்துவ அலுவலர், தேசிய ஆயுஷ் செயல்திட்ட மருத்துவமனைகள், ஆயுர் வேத மருத்துவக் கல்லூரிகள் மற்றும் பயிற்சித் துறை, ஆயுர்வேத மருந்து உற்பத்தி நிறுவனங்கள், ஆயுர்வேத சிறப்பு மையங்கள், சுற்றுலாத் துறை, மத்திய அரசு சுகாதாரத் திட்டங்கள் போன்றவற்றில் பணிபுரியும் வாய்ப்புகள் உண்டு.

மட்டுமல்லாமல் ஆயுர்வேத மருத்துவம் முடித்தவர்கள் சுயமாக ஆயுர்வேத கிளினிக்குகள் துவங்கி மருத்துவப் பணியாற்ற முடியும்.

யுனானி மருத்துவ படிப்பு

BUMS (Bachelor of Unani Medicine and Surgery)

யுனானி மருத்துவம் என்பது கிரேக்க மற்றும் அரேபிய வைத்திய முறை. இது கிரேக்கத்தில் இருந்து அரேபியா வந்து வளர்ச்சி பெற்று பின்னர் இந்தியப் பாரம்பரிய மருத்துவத்தின் ஒரு பகுதியாக ஏற்றுக்கொள்ளப்பட்டுள்ளது.

இதுவும் குறைந்த செலவில் பக்க விளைவுகள் இல்லாத சிகிச்சையை வழங்குகிறது.

மனித உடலில் காணப்படும் கோழை, குருதி, மஞ்சள் பித்தம், கரும் பித்தம் இவைகளுக்கு இடையே உள்ள சமநிலையின்மையை நோய்க்கான காரணமாகக் கொண்டுள்ளது. வெப்பம், குளிர், ஈரம், குளிர்மை தன்மை இந்த நான்கையும் நோய்க்கான சூழ்நிலையாகப் பார்க்கிறது யுனானி.

நிலம், காற்று, நீர், நெருப்பு என்ற நான்கு அடிப்படை அம்சங்களின் சமநிலையின்மையை நோய்க் காரணிகளாக யுனானி கொண்டுள்ளது.

இயற்கை மூலப்பொருள்கள் மற்றும் தாதுக்களைப் பயன் படுத்தி பல்வேறு தொற்றுநோய்களைத் தடுக்கும் வழிமுறைகளை யும், உணவுக் கட்டுப்பாட்டு சிகிச்சை, ரெகிமென்டல் தெரபி உள்ளிட்டவற்றை அறிய உதவுகின்றது யுனானி படிப்பு.

மூலிகையால் தயாரிக்கப்படும் மருந்துகள், விலங்குகளின் எலும்புகள், தாதுக்களில் இருந்து தயார் செய்யும் மருந்துகள் போன்றவற்றைப் பயன்படுத்தி நோய் குணமாக்கப்படுகிறது.

ஒவ்வொருவரின் உடல் நிலைக்கு ஏற்ற மருந்துகள் தேர்ந்தெடுக்கப்பட்டு அதன் மூலம் சிகிச்சை அளிக்கப்படுகிறது. இதனால் நோய் விரைந்து குணமாகிறது.

யுனானி மருத்துவம் மனிதனின் உடல் மருந்தை ஏற்கும் தன்மை, வயது, உடல் அமைப்பின் தன்மை மற்றும் மருந்தின் தன்மையை ஒப்பிட்டு பவுடராகவோ, கஷாயமாகவோ நோயாளிக்கு அளிக்கிறது.

சென்னையில் அரசு யுனானி மருத்துவக் கல்லூரியில் இந்தப் படிப்பு கற்றுத் தரப்படுகிறது.

இதற்கும் நீட் அவசியம்.

மத்திய மற்றும் மாநில அரசு மருத்துவத் துறைகளில் மருத்துவராகப் பணிபுரியலாம். சொந்தமாகக் கிளினிக் வைக்கலாம். இஸ்லாமிய நாடுகளில் பணியாற்ற நல்வாய்ப்பும் உள்ளது.

நேச்சுரோபதி மற்றும் யோகிக் சயின்சஸ் மருத்துவப் படிப்பு

BNYS (Bachelor of Naturopathy Medicine and Yoke Sciences)

அனைத்து நோய்க்குரிய மருந்தும் இயற்கைதான் என்ற கோட்பாட்டை உடையது நேச்சுரோபதி என்ற இயற்கை மருத்துவம்.

ஒளி, நீர், வெப்பம் ஆகியவற்றோடு உடற்பயிற்சி, உணவுப் பழக்கம், உடல் கூறு இயல் அம்சங்களைப் பயன்படுத்தி மனிதனுக்கு வரும் நோய்களில் இருந்து குணம் தரும் மருத்துவ முறைதான் நேச்சுரோபதி.

மருந்துகளால் ஆளப்படும் துறையாக இல்லாமல் நாம் வாழும் முறையை இயற்கையுடன் ஒன்றிணைப்பதே இதன் முக்கிய நோக்கம்.

வயிறு உபாதைகளுக்கு உண்ணாமல் இருப்பது, நீரை ஒரு குணப்படுத்தும் கருவியாக உட்கொள்வது, அர்த்தமுள்ள உணவு முறையை ஏற்றுக் கொள்வது போன்றவை இம்மருத்துவ முறையின் சில நடைமுறைகள்.

உணவு முறையைப் பொறுத்த சிகிச்சை, ஆலோசனை மற்றும் வாழ்க்கை முறை சீரமைப்பு, மன அழுத்தத்தைத் குறைக்க உடற்பயிற்சி, ரிலாக்சேஷன் டெக்னிக் மற்றும் உணவின் மூலமாக அட்ரினலின் சுரப்பியைக் கட்டுப்படுத்துதல், இயற்கை முறை களின் மூலமாக உடலில் சேர்ந்துள்ள நச்சுக்களை நீக்குவது, மூலிகை வைத்திய முறை போன்றவை இதில் பின்பற்றப்படுகின் றன.

முக்கியமாக இது ஒரு தமிழ் மருத்துவப் படிப்பாகும்.

நியூட்ரிஷன் தெரபி, அக்குபங்சர், ஹோமியோபதி மருந்துகள், இயற்கையான குழந்தை பிறப்பு, தாவர மற்றும் மூலிகை மருந்துகள் போன்ற பாடங்களை இதில் மாணவர்கள் படிக்க வேண்டும். ரெய்கி, ஹோமியோபதி, அக்குபங்சர் போன்ற மாற்று மருத்துவ முறைகளை இணைத்து நேச்சுரோபதி செயல்படுகிறது.

நேச்சுரோபதி மருத்துவப் படிப்பிற்காகத் தமிழகத்தில் ஒரு அரசுக் கல்லூரியும், எட்டு தனியார் கல்லூரிகளும் இருக்கின்றன.

பிளஸ் 2 முடித்தவர்கள் இந்தப் படிப்பில் சேரலாம். இவர்களுக்கு நீட் தேர்வு அவசியம் கிடையாது.

மொத்தம் ஐந்தரை ஆண்டுகள் படிப்பு. நான்கரை ஆண்டு கள் கல்லூரியிலும், ஓராண்டு பயிற்சியிலும் அமைகிறது.

சுயமாக இயற்கை முறை மருத்துவ சிகிச்சை செய்யலாம். பெரிய மருத்துவமனைகளில் இயற்கை மருத்துவப் பிரிவில் பணி புரியலாம். இந்திய சுற்றுலாத் துறையிலும், மத்திய மற்றும் மாநில அரசு மருத்துவராகவும் பணியாற்றலாம்.

யோகா சார்ந்த மருத்துவப் பயிற்சி மையங்கள் துவங்கலாம். இந்திய மருத்துவ முறை மருத்துவமனைகளிலும் இணைந்து பணிபுரியலாம்.

5

பொறியியல்

அறிவியல் மற்றும் தொழில்நுட்பத்தின் அடிப்படையில் உருவானது பொறியியல். எனவே மனிதகுல முன்னேற்றம், மனித வாழ்வியல் மேம்பாடு, மனித வாழ்வை வளமான முறையில் மாற்றி அமைக்கும் நவீன கண்டுபிடிப்புகள் போன்றவற்றை முக்கிய நோக்கமாகக் கொண்டு இது செயல்படுகிறது.

கணிதம், இயற்பியல், வேதியியல், உயிரியல் ஆகிய அறிவியல் துறைகளையும், அவற்றின் முக்கிய சிறப்புகளையும் தன்னுள் கொண்டு இயங்கி வருகிறது பொறியியல்.

திண்ம விசைப் பொறியியல், வெப்ப இயக்கவியல் ஆகியவற்றை அடிப்படையாகக் கொண்டு இயங்குகிறது.

இத்தகைய பொறியியல் துறையில் பட்டம் பெற்று பயிற்சி பெற்றவர்களைப் பொறியாளர்கள் என்று அழைக்கிறோம். ஆங்கிலத்தில் இன்ஜினியர் (Engineer).

கணிதம், அறிவுக்கூர்மை, நுண்திறன் போன்றவற்றுடன் தொடர்புடைய தொழில்நுட்பம், சமூகம், வணிகம் சம்பந்தமான பிரச்சனைகளுக்குத் தீர்வு கண்டறியும் திறன் பெற்றவர்கள் பொறியாளர்கள்.

இயற்கை தந்த பொருட்களையும், தங்களின் ஒப்பற்ற ஆற்றலையும் பயன்படுத்தி உலோகம், வடிவம், அமைப்பு போன்ற வற்றை அறிந்து பாதுகாப்பு, நிபந்தனை, செலவு போன்ற செயல் முறைகளை வரையறையுடன் திட்டமிட்டுச் செயலாற்றும் அறிவை உடையவர்கள்.

பொறியியல் கல்வி என்பது பாடத்தை மனப்பாடம் செய்து தேர்வில் பிழையின்றி எழுதி அதிக மதிப்பெண் வாங்குவது கிடையாது. கற்கும் பாடத்தை நன்கு உள்வாங்கி சிந்தனைத் திறன், ஆய்வுத் திறன், தீர்வை உருவாக்கும் திறன், சிக்கலை அறியும் திறன், சிக்கலுக்குத் தீர்வு காணும் திறன், புதிய யுக்திகளை உருவாக்கிப் பயன்படுத்தும் திறன் போன்றவற்றை வளர்த்துக் கொள்ளும் ஒப்பற்ற படிப்பு ஆகும்.

இத்தகைய உன்னதமான பொறியியல் கல்வி பட்டப் படிப்பு மற்றும் டிப்ளமோ படிப்பு என்று இரு வகையாகக் கற்றுத்தரப் படுகின்றன.

டிப்ளமோ படிப்புகள் மூன்று ஆண்டுகள் கால அளவு உடையவை. பாலிடெக்னிக் என்னும் கல்வி நிலையங்களில் இந்தப் படிப்பு கற்றுத் தரப்படுகின்றன. இதனை பத்தாம் வகுப்பு முடித்ததும் சேரலாம். பொறியியல் குறித்த அடிப்படை மற்றும் பொறியியல் பயன்படுத்தும் திறன் பற்றி செயல்முறையாக கற்றுத்தரப்படுகிறது.

பொறியியல் பட்டப் படிப்புகள் நான்கு ஆண்டுகள் கால அளவு கொண்டது. பொறியியல் கல்லூரிகளில் கற்பிக்கப்படும் 'இதில், பொறியியல் குறித்த அடிப்படை, அதன் பயன்பாடு, செயல்முறை, அறிவியல் கோட்பாடுகளின் பயன்பாடுகள், கருவிகள் திட்டமிடல், உற்பத்தி, நிர்வாகம் மற்றும் பொறியியல் பயன்படுத்தும் திறன் பற்றி முழுமையாகக் கற்பிக்கப்படும். மட்டுமல்லாமல் செயல்முறை மூலமும் கற்றுத் தரப்படும்.

பொறியியல் கல்வியின் தரத்தை உயர்த்துவதற்காக வெளிநாடு களின் உதவியுடன் இந்திய அரசு கல்வி நிறுவனங்களை நிறுவி உள்ளது.

அவை, ஐஐடி (IIT) என்றும், என்ஐடி (NIT) என்றும் இருவகையாக அமைந்துள்ளன.

தமிழகத்தில் சென்னையில் ஐஐடியும், திருச்சியில் என்ஐடியும் அமைந்துள்ளன. மத்திய அரசு நடத்தும் தேசிய அளவிலான நுழைவுத் தேர்வின் அடிப்படையில் இந்தக் கல்வி நிறுவனங்களில் மாணவர்கள் சேர்க்கை நடைபெறுகிறது.

தமிழகத்தைப் பொருத்தமட்டில் பொறியியல் கல்வியை முறைப்படுத்தி வழங்கும் பணியை அண்ணா பல்கலைக் கழகம் செய்து வருகிறது.

தமிழகம் முழுவதும் உள்ள பொறியியல் கல்லூரிகளுக்கு இணைப்பு வழங்கி அக்கல்லூரிகளில் வழங்கப்படும் பொறியியல்

கல்வி படிப்புகள் மற்றும் பாடத் திட்டங்கள் அண்ணா பல்கலைக்கழகம் மூலமே வழங்கப்படுகிறது.

தமிழகம் முழுவதும் உள்ள பொறியியல் கல்லூரிகளில் பயிலும் மாணவர்களுக்கு தேர்வு நடத்தி சான்றிதழ் வழங்கும் பணியையும் அண்ணா பல்கலைக்கழகம் செய்கிறது.

ஆண்டுதோறும் பொறியியல் படிப்பில் சேரும் மாணவர்களுக்கு கவுன்சலிங் நடத்தி மாணவர் சேர்க்கையை முறைப் படுத்தும் பணியும் அண்ணா பல்கலைக் கழகத்தால் நடத்தப் படுகிறது.

மேலும் அண்ணா பல்கலைக் கழகத்தின் வளாகத்தில் உள்ள துறைகளில் பொறியியல் படிப்புகள் நடத்தப்படுகிறது. இங்குள்ள பாடத் திட்டங்கள் அண்ணா பல்கலைக் கழக இணைப்புக் கல்லூரிகளில் வழங்கப்படும் பாடத் திட்டங்களை விடவும் சிறந்ததாகவும், மேம்பட்டதாகவும், வேறுபட்டதாகவும் அமைந்துள்ளது.

தமிழகம் முழுவதும் அமைந்துள்ள அண்ணா பல்கலைக்கழகத்தின் உறுப்புக் கல்லூரிகள், அரசு பொறியியல் கல்லூரிகள் மற்றும் தனியார் சுயநிதி பொறியியல் கல்லூரிகளில் அண்ணா பல்கலைக்கழகம் வழங்கும் பாடத் திட்டத்தைப் பின்பற்றி பொறியியல் படிப்புகள் வழங்கப்படுகின்றன.

ஆனால் தன்னாட்சி அதிகாரம் பெற்ற சுயநிதி பொறியியல் கல்லூரிகளில் வேறுவிதமான பாடத் திட்டம் அவர்களால் சுயமாகப் பின்பற்றப்படுகிறது.

தமிழகத்தில் செயல்படும் நிகர்நிலைப் பல்கலைக்கழகங்கள் அண்ணா பல்கலைக் கழகக் கட்டுப்பாட்டில் இல்லை என்பதால் இவை நடத்தும் பொறியியல் படிப்புகளில் அண்ணா பல்கலைக் கழக பாடத் திட்டங்கள் பின்பற்றப்படுவதில்லை.

தமிழகத்தில் அண்ணா பல்கலைக் கழகம் மூலம் அரசு மற்றும் தனியார் சுயநிதி கல்லூரிகளில் நடத்தப்படும் பொறியியல் கல்வியில் சுமார் 70 வகையான பாடப்பிரிவுகளில் பட்டப் படிப்புகள் பயிற்றுவிக்கப்படுகின்றன. இவை மூன்று பிரிவுகளாகப் பிரிக்கப்படுகின்றன.

சிவில், மெக்கானிக்கல், எலக்டிரிக்கல், எலக்ட்ரானிக்ஸ் போன்றவை முதல் பிரிவை சார்ந்தவை. அடுத்து, கம்ப்யூட்டர் மற்றும் தகவல் தொழில் நுட்பம் சார்ந்த படிப்புகள்.

இதர படிப்புகள் புதிய தொழில்நுட்பம் சார் படிப்புகள் எனப்படும். இவை புதிதாக ஏற்பட்டிருக்கும் அல்லது வளர்ந்து வரும் தொழில்கள் மற்றும் மனித குலத்தின் தேவை அடிப்படையில் உருவாக்கப்பட்டவை.

அண்ணா பல்கலைக்கழகத்தில் 29 இளநிலை பொறியியல் படிப்புகள், 90 முதுநிலை பொறியியல் படிப்புகள் வழங்கப்படுகின்றன.

1. B.E. Civil Engineering
2. B.E. Agricultural and Irrigation Engineering
3. B.E. Geoinformatics
4. B.E. Electrical and Electronics Engineering
5. B.E. Electronics and Instrumentation Engineering
6. B.E. Mechanical Engineering
7. B.E. Aeronautical Engineering
8. B.E. Automobile Engineering
9. B.E. Industrial Engineering
10. B.E. Manufacturing Engineering
11. B.E. Mining Engineering
12. B.E. Printing Technology
13. B.E. Production Engineering
14. B.E. Materials Science and Engineering
15. B.E. Computer Science and Engineering
16. B.E. Electronics and Communication Engineering
17. B.E. Biomedical Engineering
18. B. Tech. Information Technology
19. B. Tech. Chemical Engineering
20. B. Tech. Food Technology
21. B. Tech. Pharmaceutical Technology
22. B. Tech. Industrial Bio-Technology

23. B. Tech. Rubber and Plastics Technology

24. B. Tech. Textile Technology

25. B. Tech. Leather Technology

26. B. Tech. Ceramic Technology

27. B. Tech. Apparel Technology

28. B. Tech. Petroleum Engineering and Technology

29. B. Arch. Architecture

இவை அனைத்தும் அண்ணா பல்கலைக்கழக இளநிலை பொறியியல் படிப்புகள்.

1. B.E. Civil Engineering

2. B.E. Environmental Engineering

3. B.E. Geo Informatics Engineering

4. B.E. Agriculture Engineering

5. B.E. Aeronautical Engineering

6. B.E. Automobile Engineering

7. B.E. Marine Engineering

8. B.E. Mechanical Engineering

9. B.E. Production Engineering

10. B.E. Material Science and Engineering

11. B.E. Manufacturing Engineering

12. B.E. Industrial Engineering and Management

13. B.E. Mechatronics Engineering

14. B.E. Mechanical and Automation Engineering

15. B.E. Industrial Engineering

16. B.E. Mechanical Engineering (Sandwich)

17. B.E. Robotics and Automation

18. B.E. Aerospace Engineering

19. B.E. Electrical and Electronics Engineering

20. B.E. Electronics and Instrumentation Engineering

21. B.E. Instrumentation and Control Engineering

22. B.E. Electronics and Communication Engineering

23. B.E. Computer Science and Engineering

24. B.Tech. Information Technology

25. B.E. Biomedical Engineering

26. B.E. Medical Electronics

27. B.E. Computer and Communication Engineering

28. B.E. Electronics and Telecommunication Engineering

29. B.Tech. Chemical Engineering

30. B.Tech. Biotechnology

31. B.Tech. Polymer Technology

32. B.Tech. Plastic Technology

33. B.Tech.Textile Technology

34. B.Tech. Fashion Technology

35. B.Tech. Petroleum Engineering

36. B.Tech. Textile Chemistry

37. B.Tech. Chemical & Electrochemical Engineering

38. B.Tech. Petrochemical Technology

39. B.Tech. Pharmaceutical Technology

40. B.E. Petrochemical Engineering

41. B.Tech. Food Technology

42. B.Tech. Handloom and Textile Technology

43. B. Arch. Architecture

இவை அனைத்தும் அண்ணா பல்கலைக்கழக இணைப்புக் கல்லூரிகளில் கற்பிக்கப்படும் இளநிலை பொறியியல் படிப்புகள்.

இந்தப் படிப்புகளைப் பற்றித் தெளிவாகவும், ஆழமாகவும் கேட்டறிந்து தேர்ந்தெடுப்பது நல்லது.

முக்கியப் பொறியியல் படிப்புகள்

1. ஏரோநாட்டிக்கல் இன்ஜினியரிங்

(Aeronautical Engineering)

விமான வடிவமைப்பு, உற்பத்தி, மேம்பாடு, பரிசோதனை மற்றும் அது தொடர்பான கருவிகள் பற்றி விரிவாகக் கற்பிக்கப் படுகிறது.

2. ஆர்கிடெக்சர் டெக்னாலஜி

(Architecture Technology)

கட்டடங்கள், பாலங்கள், கோபுரங்கள் மற்றும் இதர அமைப்புகள் வடிவமைப்பது பற்றிய பாடங்கள் கற்றுத்தரப் படுகின்றன.

3. ஆட்டோமொபைல் இன்ஜினியரிங்

(Automobile Engineering)

வாகன வடிவமைப்பு, உற்பத்தி, மேம்பாடு, பரிசோதனை மற்றும் இயக்கம் பற்றி இத்துறை கற்பிக்கிறது.

4. பயோ மெடிக்கல் இன்ஜினியரிங்

(Bio-Medical Engineering)

மருந்துகள் மற்றும் நோய்த் தடுப்பு மருந்துகள் உற்பத்தியில் பொறியியல் தொழில்நுட்பம் பயன்படுத்துவது பற்றிய கல்வி போதிக்கப்படுகிறது.

5. செராமிக் டெக்னாலஜி

(Ceramic Technology)

செராமிக் பொருட்களின் தன்மை, உற்பத்தி, மேம்பாடு மற்றும் பயன்பாடு பற்றிக் கற்பிக்கப்படுகிறது.

6. கெமிக்கல் இன்ஜினியரிங்

(Chemical Engineering)

வேதிப் பொருட்களின் தன்மை, மூலப்பொருட்கள், உற்பத்தி, கலப்பு விகிதம் மற்றும் வேதிப் பொருட்களைப் பயன்படுத்தி பிற பயன்மிகு பொருட்கள் தயாரிப்பது பற்றிய கல்வி இங்கு கற்றுத்தரப்படுகிறது.

7. சிவில் இன்ஜினியரிங்

(Civil Engineering)

பாலங்கள், கட்டடங்கள், அமைப்புகள், வீடுகள், சாலைகள், வடிகால் வசதிகள், விமான நிலையங்கள், கழிவு நீர் வெளியேற்ற வசதிகள், ரயில்வே அமைப்புகள் மற்றும் பைப்லைன்கள் வடிவமைப்பு, உருவாக்குதல் மற்றும் பராமரித்தல் ஆகியவை கற்பிக்கப்படுகிறது.

8. கம்ப்யூட்டர் சயின்ஸ் & இன்ஜினியரிங்

(Computer Science & Engineering)

கம்ப்யூட்டர் கட்டமைப்பு, புராசஸர் வடிவமைப்பு, ஆப்பரேட்டிங் சிஸ்டம் உருவாக்கல், பேரலல் கம்ப்யூட்டர் இயக்கம், அதிவேக கம்ப்யூட்டர் உருவாக்கம், கம்ப்யூட்டர் நெட்ஓர்க் மற்றும் எலக்ட்ரானிக்ஸ் போன்ற பாடங்கள் கற்பிக்கப்படுகிறது.

9. எலக்ட்ரிக்கல் எலக்ட்ரானிக்ஸ் & இன்ஜினியரிங்

(Electrical & Electronics Engineering)

எலக்ட்ரிக்கல் பொருட்களைப் பயன்படுத்தி எலக்ட்ரானிக் சர்க்யூட்ஸ் மற்றும் எலக்ட்ரானிக்ஸ் பொருட்கள் உருவாக்குவது பற்றிக் கற்பிக்கப்படுகிறது.

10. எலக்ட்ரானிக்ஸ் கம்யூனிகேஷன் & இன்ஜினியரிங்

(Electronics & Communication Engineering)

எலக்ட்ரிக்கல் பொருட்களைப் பயன்படுத்தி எலக்ட்ரானிக் சர்க்யூட்ஸ், ரிசீவர், டிரான்ஸ்மீட்டர் மற்றும் கம்யூனிகேஷன் பயன்பாடு பொருட்கள் உருவாக்குவது பற்றிய பாடங்கள் இங்கு கற்றுத் தரப்படுகின்றன.

11. எலக்ட்ரோ கெமிக்கல் இன்ஜினியரிங்

(Electrochemical Engineering)

மின் உற்பத்தி மற்றும் சேமிப்பு தொடர்பாகவும், மின்சார பேட்டரிகள் அமைப்பு பற்றியும், மின்னாற்றல் வெளியிடும் வேதிப் பொருட்களின் பண்புகள் பற்றியும், இவற்றைப் பயன்படுத்துவது பற்றியும் இந்தப் படிப்பில் விளக்கமாகக் கற்றுத் தரப்படுகிறது.

12. எலக்ட்ரானிக்ஸ் இன்ஸ்ட்ரூமென்டேஷன் & இன்ஜினியரிங்

(Electronics & Instrumentation Engineering)

எலக்ட்ரானிக்ஸ் அறிவைப் பயன்படுத்தி பல்வேறு வகை இயந்திரங்களை மதிப்பிடுதல், அளவிடுதல் மற்றும் அவற்றின் செயல்முறைகளைக் கட்டுப்படுத்துதல் பற்றி விளக்கமாகக் கற்பிக்கப்படுகிறது.

13. எலக்ட்ரானிக்ஸ் இன்ஜினியரிங்

(Electronics Engineering)

எலக்ட்ரிக்கல் பொருட்களைப் பயன்படுத்தி எலக்ட்ரானிக் சர்க்யூட்ஸ் மற்றும் எலக்ட்ரானிக்ஸ் பொருட்கள் உருவாக்குவது, திட்டமிடுவது பற்றிக் கற்பிக்கப்படுகிறது.

14. ஜியோ இன்ஃபர்மேட்டிக்ஸ்

(Geo – Informatics)

பூமி மற்றும் அது தொடர்பான புள்ளிவிபரங்களைச் சேகரித்தல் மற்றும் பயன்படுத்துதல் கற்பிக்கப்படுகிறது.

15. இன்டஸ்ட்ரியல் இன்ஜினியரிங்

(Industrial Engineering)

தொழிற்சாலையில் உற்பத்தி செய்யப்படும் பொருட்களின் வடிவமைப்பு, தயாரிப்பு, மேம்பாடு மற்றும் நிறுவுதல் பற்றிக் கற்பிக்கப்படுகிறது.

16. இன்ஃபர்மேஷன் டெக்னாலஜி

(Information Technology)

கம்ப்யூட்டரைப் பயன்படுத்தி தகவல்கள் சேமித்தல், தகவல் பராமரித்தல், தகவல் பரிமாற்றம் செய்தல் மற்றும் தகவல் மீட்டெடுத்தல் பற்றி இந்தக் கோர்ஸில் நிறைய கற்றுத் தெரிந்து கொள்ளலாம்.

17. இன்ஸ்ட்ருமென்டேஷன் & கன்ட்ரோல் இன்ஜினியரிங்

(Instrumentation & Control Engineering)

தயாரிப்பு மற்றும் உற்பத்தித் துறையில் பயன்படும் இயந்திரங்களைக் கட்டுப்படுத்துதல் மற்றும் அளவிடல் பற்றிய பாடங்கள் இதில் காணப்படுகிறது.

18. இன்ஸ்ட்ருமென்டேஷன் இன்ஜினியரிங்

(Instrumentation Engineering)

இயந்திரங்கள் மூலம் மேற்கொள்ளப்படும் உற்பத்தித் துறையில் கட்டுப்படுத்துதல் மற்றும் அளவிடல் பற்றிய கல்வி கற்பிக்கப்படுகிறது.

19. லெதர் டெக்னாலஜி

(Leather Technology)

தோல் பொருட்கள் உற்பத்தி, பதனிடல் மற்றும் செயற்கை முறையில் தோல் தயாரிப்பு பற்றிக் கற்பிக்கப்படும் துறை.

20. மேனுஃபேக்சரிங் இன்ஜினியரிங்

(Manufacturing Engineering)

உற்பத்திக்குத் தேவையான இயந்திரங்களைத் திட்டமிடல், வடிவமைத்தல், உற்பத்தி செய்தல் மற்றும் தேவையான கருவிகள் தயாரிப்பு இந்த கோர்ஸில் உண்டு.

21. மெரைன் இன்ஜினியரிங்

(Marine Engineering)

கடல் பயணத்துக்குத் தேவையான மின் உற்பத்தி அமைப்புகள், கருவிகள், இயந்திரங்கள், படகுகள் உருவாக்குதல் மற்றும் துறைமுகங்கள் அமைத்தல் பற்றிய கல்வி.

22. மெக்கானிக்கல் இன்ஜினியரிங்

(Mechanical Engineering)

இயந்திரங்கள் உருவாக்குவது பற்றித் திட்டமிடல், உருவாக்குதல் மற்றும் பயன்படுத்துதல் பற்றிக் கற்பிக்கப்படுகிறது.

23. மெக்கட்ரானிக்ஸ்

(Mechatronics)

எலக்ட்ரிகல், இயந்திரவியல் மற்றும் கம்ப்யூட்டரைப் பயன்படுத்தி இயந்திரங்கள் உருவாக்குவது பற்றிய பாடங்கள் இதில் உண்டு.

24. மைனிங் இன்ஜினியரிங்

(Mining Engineering)

இந்தப் படிப்பில் தனிமங்கள் மற்றும் தாது பொருட்கள் உள்ள இடங்களைக் கண்டறிதல், தோண்டி எடுத்தல், சுரங்கங்கள் அமைத்தல் மற்றும் சுரங்கப் பணிகளைத் திட்டமிடல்.

25. பாலிமர் டெக்னாலஜி

(Polymer Technology)

இயற்பியல், வேதியியல் மற்றும் பொறியியல் நுட்பம் பயன்படுத்தி செயற்கை இழைகள் மூலம் பிளாஸ்டிக் போன்ற பொருட்கள் தயாரித்தல் பற்றிய கல்வி.

26. பிரிண்டிங் டெக்னாலஜி

(Printing Technology)

பேப்பர் மீது எழுத்துக்கள் மற்றும் படங்கள் அச்சிடுவது பற்றிய தொழில்நுட்பம் கற்பிக்கப்படுகிறது.

27. பெட்ரோலியம் டெக்னாலஜி

(Petroleum Technology)

பெட்ரோல் சுத்திகரிப்பு, பெட்ரோல் உற்பத்தி மற்றும் எரிவாயு உற்பத்தி பற்றிய கல்வி.

28. புரொடக்ஷன் இன்ஜினியரிங்

(Production Engineering)

பொருள் உற்பத்தி தொடர்பான திட்டமிடல், கருவி வடிவமைப்பு, தயாரிப்பு, கட்டுப்படுத்துதல், செயல்முறை திட்ட மிடல் மற்றும் உற்பத்தி நிர்வாகம் பற்றி கற்பிக்கப்படுகிறது.

29. டெக்ஸ்டைல் கெமிஸ்ட்ரி

(Textile Chemistry)

டெக்ஸ்டைல் துறையில் பயன்படும் வேதிப்பொருட்களின் பயன்பாடு பற்றிய கல்வி.

30. டெக்ஸ்டைல் டெக்னாலஜி

(Textile Technology)

டெக்ஸ்டைல் துறையில் பயன்படுத்தப்படும் இழைகள், வேதிப்பொருட்கள், உருவாக்கப்படும் முறைகள் பற்றிக் கற்றுத் தரப்படுகிறது.

31. மெட்டலார்ஜிகல் இன்ஜினியரிங்

(Metallergical Engineering)

தாதுக்களிலிருந்து உலோகங்களைப் பிரித்தெடுப்பது மற்றும் பயன்படுத்துவது பற்றிய கல்வி.

32. ஏரோஸ்பேஸ் இன்ஜினியரிங்

(Aerospace Engineering)

விமான இயந்தரவியலின் ஒரு பிரிவான இதில் விமான தத் துவம், செயல்படும் விதம், விண்ணில் செலுத்தப்படும் ஏவுகணை கள், கருவிகள், இயந்திரங்கள் பற்றிக் கற்றுத் தரப்படுகிறது.

33. அக்ரிகல்சர் இன்ஜினியரிங்

(Agriculture Engineering)

தோட்ட இயந்திரங்கள் வடிவமைத்தல், தோட்டங்களை உருவாக்குதல், மண்ணின் தன்மை அறிதல், வடிகால் அமைத்தல்,

மண் அரிப்பு தடுத்தல், நீர் பாய்ச்சுதல், மின் பயன்பாடு மற்றும் தோட்ட விளை பொருட்கள் கையாளுதல் பற்றிய கல்வி.

34. பயோடெக்னாலஜி

(Biotechnology)

நுண் உயிரினங்கள், செல் அமைப்புகள், வாழ்க்கை முறைகள் பற்றியும் அவற்றின் கட்டுப்பாடு மற்றும் பயன்கள் பற்றியும் கற்றுத்தரப்படும் கல்வி.

35. என்விரான்மென்டல் இன்ஜினியரிங்

(Environmental Engineering)

சுற்றுச்சூழல் பற்றியும், சூழ்நிலை தாக்கம் மற்றும் சூழ்நிலை மாசுபடுதலில் இருந்து மக்களைப் பாதுகாப்பது பற்றியும் கற்றுத் தரப்படுகிறது.

36. ஃபேஷன் இன்ஜினியரிங்

(Fashion Engineering)

துணிகள் மற்றும் இழை பொருட்கள் வடிவமைப்பு மற்றும் தயாரிப்புக்கு பொறியியல் நுட்பத்தைப் பயன்படுத்தி இயந்திரங் கள் மற்றும் கருவிகள் உருவாக்குவது பற்றிய கல்வி இது.

37. ஃபுட் இன்ஜினியரிங்

(Food Engineering)

உணவுப் பொருள் தயாரிப்புக்கு நுண்ணுயிரிகள், இயற்பியல் பயன்பாடு, வேதியியல் மற்றும் பொறியியல் நுட்பம் பயன் படுத்துவது பற்றிக் கற்பிக்கப்படுகிறது.

38. ஹேண்ட்லூம் & டெக்ஸ்டைல் இன்ஜினியரிங்

(Handloom & Textile Engineering)

கைத்தறி நெசவு மற்றும் இயந்திர நெசவுக்கு பொறியியல் நுட்பம் பயன்படுத்துவது பற்றிய கல்வி.

39. மெடிக்கல் எலக்ட்ரானிக்ஸ்

(Medical Electronics)

மருத்துவ பரிசோதனைகள், சிகிச்சைகளுக்கு எலக்ட் ரானிக்ஸ் கருவிகள் பயன்படுத்துவது பற்றி கற்பிக்கப்படுகிறது.

40. பெட்ரோகெமிக்கல் இன்ஜினியரிங்

(Petrochemical Engineering)

குரூட் ஆயில் மற்றும் பெட்ரோலிய மூலப் பொருட்களில் இருந்து உணவுப் பொருட்கள், உரங்கள், துணிகள் மற்றும் பிளாஸ்டிக் பொருட்கள் தயாரிக்கும் முறைகள் பற்றிய கல்வி.

41. ஃபார்மச்சூட்டிகல் இன்ஜினியரிங்

(Pharmaceutical Engineering)

மருந்து பொருட்கள் உற்பத்தி, கண்டுபிடிப்பு, தயாரிக்கும் முறைகள் மற்றும் தரக்கட்டுப்பாடு வழிமுறைகள் பற்றிக் கற்பிக்கப்படுகிறது.

42. பிளாஸ்டிக் இன்ஜினியரிங்

(Plastic Engineering)

பிளாஸ்டிக் பொருட்கள் உற்பத்தி, கண்டுபிடிப்பு, தயாரிக்கும் முறைகள் மற்றும் வழிமுறைகள் பற்றிய கல்வி.

43. ரோபோட்டிக்ஸ் இன்ஜினியரிங்

(Robotics Engineering)

இயந்திரக் கருவிகள் தயாரிப்பில் பயன்படும் இயந்திரவியல், எலக்ட்ரிகல் மற்றும் கணிப்பொறி பொறியியல் பற்றிய பாடங்கள் கற்பிக்கப்படுகின்றன.

பொறியியல் படிப்பில் சேருவதற்கு பிளஸ் 2வில் பெற்ற மதிப்பெண்களின் கட் ஆஃப் அடிப்படையில் தரவரிசைப் பட்டியலை அண்ணா பல்கலைக்கழகம் வெளியிடுகிறது. அந்தப் பட்டியலின் அடிப்படையில் கவுன்சலிங் மூலமாக மாணவர் சேர்க்கை நடைபெறுகிறது.

பொறியியல் படிப்பிற்கான கட்டணங்களைப் பொறுத்த வரை அரசு கல்லூரிகளில் மிகக் குறைவாக இருக்கும். இதனை அடுத்து சுயநிதி கல்லூரிகளில் அரசு ஒதுக்கீடு இடங்களுக்கு அதிகமாகவும், சுயநிதி கல்லூரிகளில் நிர்வாக ஒதுக்கீடு இடங்களுக்கு இன்னும் அதிகமாகவும் கட்டணங்கள் நிர்ணயிக்கப் படுகின்றன.

அண்ணா பல்கலைக்கழக கவுன்சலிங் மூலம் சேரும் மாணவர்கள் மட்டுமே அரசு மூலமாக வழங்கப்படும் கல்வி உதவித் தொகை மற்றும் சலுகைகளைப் பெற முடியும்.

நிர்வாக ஒதுக்கீட்டு இடங்களில் நேரிடையாகச் சேரும் மாணவர்களுக்கு இந்தச் சலுகைகள் எதுவும் கிடைக்காது.

பொறியியல் படிப்பில் சேர விண்ணப்பிக்கும் மாணவர்கள் +2 வில் கணிதம், இயற்பியல் மற்றும் வேதியியல் பாடங்களைப் படித்திருக்க வேண்டும்.

பொதுப் பிரிவு மாணவர்கள் மேலே கண்ட பாடங்களில் 45 சதவீத சராசரி மதிப்பெண்களும், பிற பிரிவு மாணவர்கள் 40 சதவீத சராசரி மதிப்பெண்களும் கண்டிப்பாகப் பெற்றிருக்க வேண்டும்.

கவுன்சலிங் மூலம் நடைபெறும் மாணவர் சேர்க்கையில் தமிழ்நாடு அரசு இட ஒதுக்கீடு பின்பற்றப்படுகிறது. மாணவர்கள் கவுன்சலிங்கில் கலந்து கொள்ள ஆன்லைன் முறையில் விண்ணப்பிக்க வேண்டும். ஆன்லைன் முறையிலேயே கவுன்சலிங் நடைபெற்று மாணவர் சேர்க்கை நடைபெறுகிறது.

அதே போல் நிகர்நிலைப் பல்கலைக்கழகங்களில் பொறியியல் படிப்பில் சேர விரும்பும் மாணவர்கள் நேரடியாக நிகர்நிலைப் பல்கலைக்கழகங்களில் விண்ணப்பித்து அல்லது அப்பல்கலைக்கழகங்கள் நடத்தும் நுழைவுத் தேர்வுகளில் பங்கு கொண்டு சேர்க்கை பெறலாம்.

பொறியியல் படிப்பு என்றால் சிவில், மெக்கானிக்கல், எலக்ட்ரிக்கல் என்று மட்டுமே இருந்த காலம் மலையேறி விட்டது. காலத்திற்கேற்ப தற்போது ஏராளமான பாடப்பிரிவுகள் பயிற்றுவிக்கப்படுகின்றன. எனவே பொறியியல் படிக்க விரும்பும் மாணவர்கள் எந்த வகையான படிப்பு, எந்தக் கல்லூரி என்பது குறித்து உறுதியான விவரங்களைச் சேகரித்துத் தேர்ந்தெடுப்பது அவசியம்.

கம்ப்யூட்டர் அறிவை மாணவர்கள் வளர்த்துக் கொள்வதன் மூலம் பொறியியல் படிப்பை முடித்ததும் மென்பொருள் நிறுவனங்களில் பணியாற்ற வாய்ப்பினைப் பெறலாம். எலக்ட்ரிக்கல், எலக்ட்ரானிக்ஸ், கம்ப்யூட்டர் சயின்ஸ், தகவல் தொழில்நுட்பம் போன்ற பாடப்பிரிவுகளைத் தேர்ந்தெடுத்துப் படித்தால் இத்தகைய வேலை வாய்ப்பைப் பெறலாம்.

பிளஸ் 2 வில் 60 சதவீதத்திற்கும் குறைவான மதிப்பெண்களைப் பெற்ற மாணவர்கள் பொறியியல் படிப்பில் சேருவதைத் தவிர்ப்பது நல்லது.

6

வேளாண்மை

இந்தியத் திருநாட்டின் முதுகெலும்பாக இருப்பது வேளாண் தொழில். பயிர் வளர்த்து உணவுப் பொருட்கள் உற்பத்தி செய்யும் மனிதர்களின் பாரம்பரியத் தொழில்களில் முக்கியமானது வேளாண்மை.

தற்போது மக்கள் தொகை அதிரித்து வருவதன் காரணமாக உணவு உற்பத்தியும் அதிகரித்தே ஆக வேண்டிய கட்டாயநிலை ஏற்பட்டுள்ளது. அதனால் நவீன தொழில் நுட்பங்களும், அறிவியல் வேளாண்மை முறைகளும் அதிகளவிலான உணவு உற்பத்திக்குப் பயன்படுகின்றன.

வேளாண்மைக் கல்வி அல்லது அக்ரி படிப்பு எனப்படும் விவசாயக் கல்வி +2 வுக்கு பிறகு கற்கும் படிப்பாகும். இது நான்கு ஆண்டுகள் தொழில் சார்ந்த பட்டப்படிப்பு ஆகும்.

இதில் வேளாண் தொடர்பான தொழில்நுட்பங்கள், விவசாய சாகுபடி முறைகள், மண்வளம், பயிர்ப் பாதுகாப்பு, அறுவடை சார்ந்த நுட்பங்கள், பயிரிடுதல், விதை தயாரிப்பு, நோய் பாதுகாப்பு, பயிர் வளர்த்தல், சந்தைப்படுத்துதல், மண் பராமரிப்பு முறைகள் போன்றவை கற்பிக்கப்படுகின்றன.

தமிழ்நாடு வேளாண்மைப் பல்கலைக்கழகம் 1971ஆம் ஆண்டு தமிழக அரசால் கோயம்புத்தூரில் தொடங்கப்பட்டது. தமிழ்நாட்டில் உள்ள அரசு மற்றும் சுயநிதி வேளாண்மைக் கல்லூரிகள் தமிழ்நாடு வேளாண்மைப் பல்கலைக்கழக அங்கீகாரத்துடன் செயல்படுகின்றன.

தமிழகத்தில் 14 அரசு வேளாண்மைக் கல்லூரிகளும், 27 தனியார் சுயநிதி வேளாண்மைக் கல்லூரிகளும் இருக்கின்றன.

நான்கு ஆண்டுகள் இளநிலை பட்டப்படிப்பு மட்டுமல்லாது குறுகிய கால டிப்ளமோ மற்றும் சான்றிதழ் படிப்புகளும் உள்ளன.

1. B.Sc- Agriculture

2. B.Sc- Horticulture

3. B.Sc- Forestry

4. B.Sc- Food, Nutrition and Dietetics

5. B.Tech-Agricultural Engineering

6. B.Sc- Sericulture

7. B.Tech-Food Technology

8. B.Tech-Biotechnology

9. B.Tech-Energy and Environmental Engineering

10. B.Sc- Agribusiness Management

இவ்வாறு பத்து வகையான இளநிலை வேளாண்மைப் படிப்புகள் உள்ளன.

இந்தப் படிப்பில் சேருவதற்கு பிளஸ் 2 வில் குரூப் 1 மற்றும் குரூப் 2 முடித்த மாணவர்கள் ஆன்லைன் மூலம் விண்ணப்பிக்க வேண்டும்.

பிளஸ் 2 வில் கணிதம், இயற்பியல், வேதியியல் மற்றும் உயிரியல் பாடங்களில் மாணவர்கள் பெறும் மதிப்பெண்கள்

50க்கு கணக்கிடப்பட்டு மொத்தம் 200 மதிப்பெண்களுக்கு கட் ஆஃப் கணக்கிடப்படுகிறது. மாணவர்கள் பெறும் கட் ஆஃப் அடிப்படையில் கவுன்சலிங் மூலம் சேர்க்கை வழங்கப்படுகிறது.

அனைத்து சேர்க்கை இடங்களுக்கும் தமிழ்நாடு வேளாண்மைப் பல்கலைக்கழகம் கவுன்சலிங் மூலம் மட்டுமே மாணவர்கள் சேர்க்கப்படுகின்றனர். தனியார் கல்லூரிகளில் நிர்வாக ஒதுக்கீட்டு இடங்களுக்கும் மாணவர்கள் கவுன்சலிங் மூலமே சேர முடியும்.

1. Diploma in Agriculture

2. Diploma in Horticulture

இவ்வாறு இரண்டு டிப்ளமோ வேளாண்மைப் படிப்புகளும் இருக்கின்றன. இவை இரண்டு ஆண்டுகள் படிப்பாகும். இதற்கும் மாணவர்கள் ஆன்லைன் மூலமே விண்ணப்பிக்க வேண்டும்.

இளநிலை பட்டம் பெற்றவர்கள் வேளாண் துறை, தோட்டக் கலைத் துறை, தோட்டம் மற்றும் பூங்கா பராமரிப்பு, மண்வளப் பாதுகாப்புத் துறை, உணவு பதப்படுத்துதல், மலர் உற்பத்தி நிறுவனங்கள், காய்கறி உற்பத்தி நிறுவனங்கள், உணவு உற்பத்தி நிறுவனங்கள் ஆகியவற்றில் வேலை வாய்ப்பைப் பெற முடியும்.

மேலும் மருந்து தயாரிப்பு நிறுவனங்கள், உரம் தயாரிப்பு நிறுவனங்கள், விதை தயாரிப்பு நிறுவனங்கள், உணவுப் பொருள் பாதுகாப்பு நிறுவனங்கள், உணவு செறிவூட்டல் நிறுவனங்கள், உணவுப் பொருள் தயாரிப்பு நிறுவனங்கள், பால் பண்ணைகள் போன்றவற்றிலும் பணிபுரியலாம்.

அத்துடன் ஆராய்ச்சி அலுவலர், தரக்கட்டுப்பாட்டு அலுவலர், விவசாய அதிகாரி, விவசாயக் கடன் அதிகாரி, உற்பத்தி மேலாளர், பண்ணை மேலாளர், உரக்கட்டுப்பாட்டு அலுவலர், வேளாண்மை விரிவாக்க அதிகாரி, வேளாண்மைக் கல்வி பயிற்சி யாளர், விவசாய உற்பத்திப் பொருள் விற்பனை அலுவலர் போன்றவற்றிலும் வேலை வாய்ப்பு கிட்டும்.

வேளாண் துறையில் பணிபுரிகிறவர்களுக்கு கல்வித் தகுதி மட்டும் போதாது, உடல் திறனும் தேவை. இவ்வாறு உடல் உழைப்பு வேண்டும் என்பதை மனதில் வைத்துக் கொண்டே மாணவர்கள் இந்தப் படிப்பைத் தேர்வு செய்ய வேண்டும்.

குறிப்பாக நகரத்தைச் சேர்ந்த மாணவர்கள், மேல்தட்டு

வர்க்கத் தைச் சேர்ந்த மாணவர்கள் இதை முக்கியமாகக் கவனத்தில் கொள்வது அவசியம்.

அத்துடன் நாட்டின் மூலை முடுக்குகளில் பணியாற்ற வேண்டிய சூழல் உண்டு என்பதால் பெண்களும் இந்தப் படிப்பில் சேரும்போது கவனமாக இருக்க வேண்டும்.

பிற படிப்புகளைப்போல இந்தப் படிப்பை முடித்தவர்கள் அரசு வேலைக்குச் செல்வது என்பது மிகவும் கடினம். எனவே சுய தொழில் துவங்கத் தயாரான நிலையில் இந்தப் படிப்பைத் தேர்வு செய்வது நல்லது.

மீன்வளம்

விவசாயத்தைப் போலவே மீன்வளமும் மனிதர்களுக்கு உணவு வழங்குவதில் முக்கிய இடத்தைப் பெறுகிறது. மீன் பிடித்தல் மனிதர்களின் ஆதி தொழில் என்றாலும் பழைய முறையிலான மீன்பிடி முறைகள், மீன் வளர்த்தல், மீன் வணிகம் போன்றவை இன்றைக்கு லாபகரமாக அமையாது என்பதால் இதனை மாற்றி மீன் வளத்தை மேம்படுத்தவும், மீன் வணிகத்தை அதிகரிக்கவும் அறிவியல் மற்றும் நவீன தொழில் நுட்பங்களைப் பயன்படுத்துவது அவசியமாகிவிட்டது.

மேலும் இத்துறையை வளர்க்கவும், மீன் ஏற்றுமதியை அதிகரிக்கவும், இத்துறை சார்ந்த வேலை வாய்ப்புகளை அதிகரிக்கவும், நாட்டின் அந்நிய செலாவணியை அதிகரிக்கவும் மீன்வளம் முக்கிய பங்காற்றுகிறது.

அதற்கு இந்த மீன்வளக் கல்வி ஆக்கப்பூர்வமான உறுதுணையாக அமைகிறது.

கால்நடை அறிவியல் பல்கலைக்கழகத்தில் இயங்கிவந்த மீன்வளம் தொடர்பான படிப்புகள் தற்போது தனியாக தமிழ்நாடு டாக்டர் ஜெ ஜெயலலிதா பல்கலைக்கழகம் மூலம் வழங்கப்படுகிறது.

மீன் மற்றும் அது தொடர்பான உயிரினங்கள் சார்ந்த துறை வழங்கும் வேலைவாய்ப்பு மற்றும் நாட்டின் வருமான வாய்ப்புகளை அதிகரிப்பதை நோக்கமாகக் கொண்டு இத்துறையில் பல புதிய படிப்புகள் அறிமுகப்படுத்தப்பட்டுள்ளன.

பிற துறைகளைப்போல இந்தத் துறை அதிகம் அறிமுகம் இல்லாத ஒன்றாக இருந்தாலும் வித்தியாசமான வேலைவாய்ப்பு

மற்றும் புதிய வாய்ப்புகளுடன் வளர்ந்து வரும் ஒரு துறையாக உருவெடுத்து வருகிறது.

1. B.F.Sc., - Fisheries Science (160)

2. B.Tech - Fisheries Engineering (30)

3. B.Tech – Biotechnology (40)

4. B.Tech - Food Technology (40)

5. B.Tech. - Energy and Environmental Engineering (20)

6. B.Tech. - Fisheries Nautical Technology (20)

7. B.B.A. - Fisheries Business Management (20)

8. B.Voc. - Industrial Fish Processing Technology (25)

மீன்வளத் துறையில் இந்த எட்டு வகையான இளநிலைப் படிப்புகள் இருக்கின்றன.

இவை நான்கு ஆண்டுகள் கொண்ட பட்டப் படிப்பு. இதில் தனியார் கல்லூரிகள் எதுவும் கிடையாது என்பதால் அரசு கல்லூரிகளில்தான் படிக்க வேண்டும். பிளஸ் 2 மதிப்பெண்

கட்ஆஃப் மார்க் அடிப்படையில் மாணவர் சேர்க்கை நடைபெறுகிறது. இதற்கு ஆன்லைன் மூலம் மாணவர்கள் விண்ணப்பிக்க வேண்டும்.

கால்நடை மருத்துவப் படிப்பில் இடம் கிடைக்காத மாணவர்கள் பலரும் பிளஸ் 2 மதிப்பெண்கள் அடிப்படையில் மீன்வளப் படிப்பில் கவுன்சலிங் மூலம் சேருகின்றனர்.

குறைந்த இடங்களே இருப்பதால் மீன்வளப் படிப்பை முடிக்கும் மாணவர்கள் எளிதில் அரசு பணிக்குச் செல்ல இயலும். மேலும் சுயமாக மீன் வளர்ப்புப் பண்ணைகள் அமைக்கலாம். தனியார் மீன் வளர்ப்புப் பண்ணைகளிலும், மீன் உணவு தயாரிப்பு நிறுவனங்களிலும், மீன் ஏற்றுமதி நிறுவனங்களிலும் வேலை வாய்ப்பைப் பெறலாம்.

உணவு மற்றும் பதப்படுத்துதல்

'**வி**வசாயம் தான் நாட்டின் முதுகெலும்பு' என்ற உண்மையை இன்றைய இளைய சமுதாயம் சிறப்பாகவே உணர்ந்து கொண்டு விட்டது. எனவே நன்கு படித்து, நல்ல வேலையில் கைநிறைய சம்பளம் வாங்கும் இளைஞர்கள்கூட தங்கள் வேலையை உதறித் தள்ளிவிட்டு விவசாயம் செய்வதில் ஆர்வம் காட்டத் தொடங்கி இருக்கிறார்கள்.

1864 ஆம் ஆண்டு திராட்சை ரசத்தைக் கெட்டுப்போகாமல் இருக்கச் செய்வதற்காக லூயி பாஸ்டர் மேற்கொண்ட ஆய்வு, பால் பதப்படுத்துதல் ஆய்வு போன்றவற்றில் இருந்து இந்த ஆய்வுகள் படிப்படியாக வளர்ந்து தற்போது பொறியியல் மற்றும் தொழில்நுட்பப் பிரிவு வரை எட்டியுள்ளது.

உணவுப் பதப்படுத்துதல் என்பது உணவு அறிவியல் மற்றும் உணவுத் தொழில்நுட்பம் ஆகியவை உயிரியல், வேதியியல் தொழில்நுட்பம், உயிர்த் தொழில்நுட்பம், உயிர் வேதியியல் ஆகியவற்றை உள்ளடக்கியது.

இயற்கை விவசாயம், பண்ணைகள், உணவுப் பதனிடல் என்று விவசாயம் சார்ந்த வேலைகளில் அவர்களுக்கு ஆர்வம் அதிகரித்து வருகிறது. இதன்காரணமாக விவசாயம் மற்றும் உணவு சார்ந்த படிப்புகள் என்னென்ன இருக்கின்றன என்பதைத் தெரிந்துகொள்ளும் தேடல் ஆர்வமும் அவர்களிடம் ஏற்பட்டுள்ளது.

உற்பத்தி செய்த உணவுப் பொருளைப் பாதுகாப்பாகப் பதப்படுத்தி வைப்பதன் அவசியம் மிக முக்கியம் என்பதால் அதைப் பற்றித் தெரிந்து கொள்வது அவசியத் தேவை.

அன்றைய நாட்களில் ரைஸ் மில் என்னும் அரிசி ஆலையில் பொருட்களைச் சேமித்து வைப்பது என்பது மிகப் பெரிய கௌரவமாக இருந்தது. ஆனால் அந்த நிலை இன்று முற்றிலும் மாறிவிட்டது.

அப்படிப்பட்ட ஒரு கௌரவமான இடத்தை இனிமேல் பிடிக்கப் போவது எதுவென்றால் 'கோல்டு ஸ்டோரேஜ்' என்னும் 'உணவுப் பாதுகாப்பு மற்றும் உணவு பதப்படுத்தும் தொழிற் சாலைகள்' மட்டுமே என்பது பொருளாதார நிபுணர்களின் கணிப்பாக உள்ளது.

எனவே இதனால் வேலைவாய்ப்பு அதிகரிக்கும். அத்துடன் சுயதொழில் வாய்ப்பும் ஏராளம் கிடைக்கும்.

இன்றைய காலக்கட்டத்தில் வசதி வாய்ப்புகள் அதிகமாகி விட்ட நிலையில் குழந்தைகளுக்கு ஊட்டச்சத்து நிறைந்த உணவுகளும், கர்ப்பிணிப் பெண்களுக்குப் புரதச்சத்து நிறைந்த உணவுகளும் நிச்சயம் தேவை என்பது உணரப்பட்டுள்ளது.

ஆகவே உணவு பதப்படுத்துதல் என்ற புதிய பாதையை நோக்கி பயணிக்க வேண்டிய அவசியம் ஏற்பட்டுள்ளது. புரதச் சத்து நிறைந்த உணவுகளின் தேவைகளும் உணவுப் பதப்படுத்துதல் சார்ந்த தொழில் வளர்ந்தே ஆக வேண்டிய கட்டாயம் ஏற்பட்டுவிட்டது.

மேலும் சர்வதேச அளவில் உணவுப் பொருட்கள் பாக்கெட் மற்றும் டப்பாக்களில் அடைக்கப்பட்டு விற்பனை செய்யப்படுவது என்பது தற்போது பழக்கமாகி வருகிறது. இந்த முறையில்தான் உணவுப் பொருட்கள் ஏற்றுமதி மற்றும் இறக்குமதி செய்யப் பட்டுவருகிறது.

உணவுப் பதப்படுத்தும் தொழில்நுட்ப முறை மூலமே உணவுகளை டப்பாக்களில் அடைத்து வெவ்வேறு இடங்களுக்கு அனுப்பி விற்பனை செய்ய முடியும். இந்தத் தொழில்நுட்பத்தைத் தெரிந்துகொள்ள உணவு சார்ந்த பொறியியல் மற்றும் ஆராய்ச்சிப் படிப்பு அவசியம் தேவைப்படுகிறது.

உணவுப் பதப்படுத்தும் தொழிற்சாலைகளுக்கான மத்திய அமைச்சகத்தின் நேரடிக் கண்காணிப்பில் தஞ்சாவூரில் 'இந்திய

உணவுப் பதனிடும் தொழில்நுட்பக் கழகம்' (Indian Institute of Food Processing Technology (IIFPT) உணவு சார்ந்த பொறியியல் மற்றும் ஆராய்ச்சிப் படிப்புகளை அளித்துவருகிறது.

இங்கு பி.டெக் என்னும் உணவுப் பதப்படுத்தும் பொறியியல் நான்காண்டு இளநிலை படிப்பு உள்ளது.

மேலும் எம்.டெக் என்னும் முதுநிலை பொறியியல் படிப்பும் உள்ளது. உணவு அறிவியல் மற்றும் தொழில்நுட்ப உணவு பதனிடும் பொறியியல் இரண்டு ஆண்டு படிப்பாக இது அமைந்துள்ளது. அத்துடன் முனைவர் பட்டம் பெறும் பி.எச்டி ஆய்வுப் படிப்பும் உண்டு. உணவுப் பதனிடும் பொறியியல் தொடர்பான ஆய்வினை மேற்கொண்டு முனைவர் பட்டம் பெறலாம். தவிர பட்டயப் படிப்புகளும் இருக்கின்றன.

இளநிலைப் படிப்பான பி.டெக்கில் மொத்தமே 60 மாணவர்கள்தான் சேர்க்கப்படுகின்றனர். இந்தப் படிப்பில் சேருவதற்கு 'இணை நுழைவுத் தேர்வு' என்னும் ஜேஇஇ (JEE) தேர்வில் தேர்ச்சி பெற்றிருக்க வேண்டும்.

ஜேஇஇ தேர்வு மதிப்பெண்களுடன் பிளஸ் 2வில் பெற்ற மதிப்பெண்களையும் சேர்த்து அகில இந்திய தரவரிசைப் பட்டியல் தயாரிக்கப்படுகிறது. அதன் அடிப்படையில் மத்திய சேர்க்கை கலந்தாய்வு முறையில் மாணவர் சேர்க்கை நடைபெறு கிறது.

கலந்தாய்வின்போது இந்திய பயிர்ப் பதனீடு தொழில்நுட்பக் கழகம் மற்றும் இளநிலை உணவுப் பதப்படுத்துதல் பொறியியல் பட்டப்படிப்பின் குறியீட்டை மாணவர்கள் தேர்வு செய்ய வேண்டும்.

விருப்பமும் தகுதியும் உள்ளவர்கள் இப்படிப்புகளுக்கு ஆன்லைன் மூலமே விண்ணப்பிக்க வேண்டும்.

பட்டம் பெற்றவர்கள் பல்வேறு உணவுப் பதப்படுத்துதல் நிறுவனத்தில் நல்ல சம்பளத்தில் வேலைவாய்ப்பைப் பெறலாம். சுயதொழிலும் செய்யலாம். மேல்படிப்பும் படிக்கலாம்.

இந்தப் படிப்பின் நோக்கம் தன்னிறைவான உணவு உற்பத்தி மற்றும் கிராமப்புற வளர்ச்சிக்கான தொழில்நுட்பத்தை உருவாக்குதல் ஆகும்.

அறுவடைக்குப் பின்னர் ஏற்படும் தானிய இழப்புக்களைக் குறைத்து மேம்பட்ட சேமிப்பு, உணவு தானியங்களின் ஆயுட்கால

நீட்டிப்பு, உணவு பதப்படுத்துதல், புத்தாக்க உணவுப் பண்டங்கள் உருவாக்கம் உள்ளிட்ட பல்வேறு நோக்கங்களைக் கொண்டதாக இருக்கிறது.

உணவு உற்பத்தி, சேமிப்பு, பதப்படுத்துதல் தொழிற்சாலைகளில் பணிபுரிவதற்கான திறன்களை வளர்த்துக் கொள்வதற்கும், உணவுத் தொழில்நுட்பம் சார்ந்த ஆராய்ச்சிப் பணிகளில் ஈடுபடுவதற்கும் ஏற்றவாறு உணவு பொறியியல் மற்றும் அறிவியல் பாடத்திட்டங்கள் வரையறுக்கப்பட்டுள்ளன.

மேலும் என்.ஏ.பி.எல். என்ற தேசிய நிறுவனத்தின் சான்றிதழ் பெற்ற 'ஃபுட் அலயன்ஸ் லேப்' அமைக்கப்பட்டுள்ளது. எப்.எஸ்.எஸ்.ஏ.ஐ. என்ற மத்திய அரசு நிறுவனத்தின் அங்கீகரிக்கப் பட்ட உணவுப் பொருட்களில் கலப்படம், கலப்படத்தின் தன்மை, எவை கலப்படம் செய்யப்பட்டுள்ளன என்பதை அறிய 'ஃபுட் பேக்கேஜ் அண்டு ஸ்டோரேஜ்' என்ற ஆய்வுக்கூடம் உள்ளது. 'ஃபுட் புராசஸிங் பிசினஸ் அண்ட் ட்ரெயினிங் இன்குபேசன் சென்டர்' என்ற ஆய்வுக் கூடமும் உள்ளது.

இந்த ஆய்வுக்கூடங்களில் உணவு பதப்படுத்துவதற்கான தொழில்நுட்ப ஆய்வுகளை மாணவர்கள் மேற்கொள்வார்கள். உணவுப் பொருட்களைத் தரப் பரிசோதனை செய்தல், உணவு

தானிய இழப்பீட்டினைத் தவிர்க்க தொழில் நுட்ப ஆலோசனைகள் குறித்த பாடங்களும், பயிற்சியும் அளிக்கப் படுகிறது. உணவு பதப்படுத்துதல் மற்றும் மதிப்புக் கூட்டுதல் குறித்த தொழில்நுட்பப் பயிற்சிகளும், உணவு மாதிரிகளுக்கான தர நிர்ணயம் செய்தல் உள்ளிட்டவை குறித்தும் இங்கு கூடுதலாகப் பயிற்சி அளிக்கப்படுகிறது.

இங்கு படித்தவர்கள் உணவு பதப்படுத்தும் தொழிற்சாலை களில் ஆய்வுப்பணி, உணவு தரப் பரிசோதனை மையங்களில் வேலைவாய்ப்பு, மத்திய அரசின் உணவு தரச்சான்று அளிக்கும் நிறுவனத்தில் வேலை, 'ஃபுட் புராசஸிங் கார்ப்பரேஷன் ஆஃப் இந்தியா' போன்ற நிறுவனங்களில் வேலைவாய்ப்பு கிடைக்கும்.

மேலும் மத்திய தானிய சேமிப்புக் கிடங்குகள், ஆவின் உள்ளிட்ட அரசு நிறுவனங்கள், மசாலாப் பொடி, ஜாம், சர்பத், ஊறுகாய், மாம்பழக்கூழ் உள்ளிட்டவை தயாரிக்கும் நிறுவனங்கள் என்று பலவிதமான வேலைகளும் இந்தப் படிப்பின் மூலம் மாணவர்களுக்குக் கிடைக்கும் வாய்ப்புகள் உண்டு.

பி.எஸ்சி (உணவுத் தொழில்நுட்பம்)

B.Sc. (Food Technology)

உணவுப் பொருட்கள் தயாரிப்பு, பதப்படுத்துதல், புதிய உணவுப் பொருட்களை உருவாக்குதல், தொழில்நுட்ப யுக்திகளைக் கற்பித்தல், ஆய்வு ஆகியவை நிறைந்தது இந்தப் படிப்பு. தரமான, சத்தான உணவுப் பொருட்களை உருவாக்குவதற் கான தொழில்நுட்பக் கல்வியைத் தருவதுதான் இக்கல்வியின் முக்கிய நோக்கம்.

இளநிலைப் படிப்பான இது மூன்றாண்டுக் காலப் படிப்பு. பிளஸ் 2வில் இயற்பியல், வேதியியல், உயிரியல் மற்றும் கணிதம் பாடப்பிரிவில் சிறப்பான மதிப்பெண்களைப் பெற்றிருத்தல் அவசியம்.

இக்கல்வியில் சேருவதற்கு மெரிட் அடிப்படையில் பிளஸ் 2 மதிப்பெண்கள் கணக்கீடு செய்யப்பட்டே அனுமதிக்கப் படுகிறது. நுழைவுத் தேர்வு அவசியம் என்ற விதி சில பல்கலைக் கழகங்களில் உள்ளது.

மத்திய உணவுத் தொழில்நுட்ப ஆய்வு இன்ஸ்டிடியூட் நுழைவுத் தேர்வு. (Central Food Technology Research Institute entrance exam)

இந்தியன் இன்ஸ்டிடியூட் ஆஃப் கிராப் புராசசிங் தொழில்நுட்பத்தின் நுழைவுத் தேர்வு (Indian Institute of Crop Processing Technology Entrance Exam)

ஆந்திரப் பல்கலைக்கழகம், மகாத்மாகாந்தி பல்கலைக்கழகம், கோவிந்த் பல்லப் பந்த் அக்ரிகல்ச்சர் மற்றும் தொழில்நுட்பப் பல்கலைக்கழகம் ஆகியவை மிகச் சிறந்த பல்கலைக் கழகங்களாக விளங்குகின்றன.

ஃபுட் டெக்னாலஜிஸ்ட், ஆர்கானிக் கெமிஸ்ட், டெக்னிகல் புருவிஸ்ட் ஆகிய பிரிவுகள் முக்கியத்துவம் வாய்ந்தவையாகத் திகழ்கின்றன.

ஆந்திரப் பல்கலைக்கழகம் (விசாகப்பட்டினம்), மகாத்மா காந்தி பல்கலைக்கழகம் (கோட்டயம்), ஜேஎஸ்எஸ் அகாடமி ஆஃப் ஹையர் எஜூகேஷன் அன்ட் ரிசர்ச் (மைசூர்), காலிகட் பல்கலைக்கழகம் (கோழிக்கோடு) ஆகிய பல்கலைக் கழகங்கள் மெரிட் முறையில் மாணவர்கள் சேர்க்கையை அனுமதிக்கிறது.

கோவிந்த் பல்லப் பந்த் யுனிவர்சிட்டி ஆஃப் அக்ரிகல்சர் அன்ட் டெக்னாலஜி (பட்நகர்) பல்கலைக்கழகத்தில் நுழைவுத் தேர்வு வாயிலாக மாணவர்கள் தேர்வு நடைபெறுகிறது,

7

கலை அறிவியல்

பிளஸ் 2 முடிக்கும் பெரும்பாலான மாணவர்கள் சேர விரும்பும் படிப்பாக பொறியியல் படிப்பு இருந்து வந்த நிலையில் கடந்த சில ஆண்டுகளாக கலை அறிவியல் படிப்புகள் மீது அவர்களின் பார்வை திரும்பத் தொடங்கியிருக்கிறது. தொழில் நுட்பத் துறையின் வளர்ச்சி தேக்க நிலையில் இருப்பதாலும், வேலைவாய்ப்பு முன்புபோல எளிதாக இல்லை என்பதாலும்தான் இந்த மாற்றம் ஏற்பட்டுள்ளது.

பொறியியல் படிப்பைத் தேர்ந்தெடுக்கும் மாணவர்களின் எண்ணிக்கை தற்போது ஒரு லட்சத்தைத் தொடுவதே கஷ்டமாக இருக்கிறது. சில கல்லூரிகள் மாணவர்கள் இன்மையால் மூடப்பட்டும் வருகின்றன.

பொறியியல் கல்லூரியில் விருப்பம் இல்லாமல் மாணவர்கள் பலரும் கலை அறிவியல் படிப்பை நாடி வருவதால் கலை

அறிவியல் கல்லூரிகளில் இடம் கிடைப்பது மிகவும் கடினமாக இருக்கிறது.

மேலும், பி.காம், பி.பி.ஏ, பி.ஏ. ஆங்கில இலக்கியம், பி.எஸ்சி வேதியியல், இயற்பியல் உள்ளிட்ட குறிப்பிட்ட சில படிப்புகளில் சேர கடும் போட்டி நிலவுகிறது.

சில ஆண்டுகளுக்கு முன்புவரை மருத்துவம், பொறியியல், விவசாயம் உள்ளிட்ட தொழிற்கல்விகளில் இடம் கிடைக்காதவர் கள் கலை அறிவியல் கல்லூரிகளில் சேர முயற்சி செய்வார்கள். ஆனால், தற்போது நிலைமை மாறி கலை அறிவியல் கல்லூரி களில் சேர வேண்டும் என்பதையே முதன்மை நோக்கமாகக் கொண்ட மாணவர்களின் எண்ணிக்கை அதிகரித்து வருகிறது.

இந்தக் கல்லூரிகளில் படிப்பதற்கான செலவு தொழிற்கல்வியுடன் ஒப்பிடும்போது மிகவும் குறைவு என்பதும் இதற்கு முக்கியக் காரணமாக இருக்கிறது.

தற்போது குறிப்பிடத்தக்க மாற்றம் ஒன்று தொழில்நுட்பத் துறைகளில் ஏற்பட்டுள்ளது. அதாவது கலைக் கல்லூரிகளில் படித்துப் பட்டம் பெற்றவர்களுக்கும் வேலைவாய்ப்புகள் அளிக்கப்பட்டு வருகின்றன. எனவே ஐடி என்னும் தொழில் நுட்பத் துறைகளில் வேலைவாய்ப்புப் பெறுவதற்கு பொறியியல் படிப்புத்தான் அவசியம் என்ற நிலை மாறிவிட்டது.

இந்தக் காரணத்தாலும் கலைக் கல்லூரிகளில் சேரும் மாணவர்களின் எண்ணிக்கை அதிகரித்து வருகிறது.

தமிழ்நாட்டில் 600க்கும் மேற்பட்ட கலை மற்றும் அறிவியல் கல்லூரிகள் இருக்கின்றன. இதில் அரசுக் கல்லூரிகள், அரசு உதவிபெறும் கல்லூரிகள், தனியார் சுயநிதிக் கல்லூரிகள் என அனைத்து வகைக் கல்லூரிகளும் அடங்கும்.

தற்போது கலைக் கல்லூரி படிப்புகளிலும் நிறைய பிரிவுகள் முளைத்துவிட்டன. ஏறத்தாழ 62 படிப்பு வகைகள் இருப்பதாக அறியப்படுகிறது.

உதாரணமாக பி.காம் என்றால் ஒரே படிப்பாகத்தான் முன்பு காணப்பட்டது. ஆனால் இன்று பி.காம் ஜெனரல், பி.காம் கார்ப்பரேட் செக்ரட்டரிஷிப், பி.காம் கம்ப்யூட்டர் சயின்ஸ், பி.காம் இகாமர்ஸ், பி.காம் கூட்டுறவு என்று பாடப்பிரிவுகளின் பட்டியல் நீள்கிறது.

பி.காம் பட்டப்படிப்பில் இருக்கும் வகைகள் என்னென்ன என்று பார்க்கலாம்.

1. அக்கவுன்டிங் ஃபைனான்ஸ்
2. அக்கவுன்டிங் ஃபைனான்ஸ் மார்க்கெட்டிங் மேனேஜ்மென்ட்
3. வங்கி மேலாண்மை
4. வாணிபக்கணக்கு
5. கூட்டுறவு
6. வணிகவியல்
7. வணிகவியலும் கணக்கியலும்
8. வணிகவியல் மற்றும் தொழில் நிர்வாகம்
9. வணிகவியல் மற்றும் கம்ப்யூட்டர் பயன்பாடுகள்
10. வணிகவியல் மற்றும் இ.காமர்ஸ்
11. வணிகவியல் ஆபீஸ் மேனேஜ்மென்ட் மற்றும் செகரட்டேரியல் பிராக்டீஸ்
12. மார்க்கெட்டிங் மேனேஜ்மென்ட்
13. டேக்ஸேஷன்
14. சுற்றுலா மற்றும் பயண மேலாண்மை

அடுத்து பி.ஏ. படிப்பில் இருக்கும் பிரிவுகள் என்னென்ன என்று பார்க்கலாம்.

1. பழங்கால இந்திய வரலாறு
2. மானுடவியல்
3. இலக்கியம் (தமிழ், ஆங்கிலம், அரபு, பிரெஞ்சு, இந்தி, மலையாளம், தெலுங்கு, சமஸ்கிருதம்)
4. ஆர்ட்ஸ் அண்ட் பெயின்டிங்
5. கூட்டுறவு
6. கம்யூனிகேடிவ் ஆங்கிலம்
7. கார்ப்பரேட் எக்கனாமிக்ஸ்

8. கல்ச்சர் அண்ட் ஆர்கியாலஜி

9. பாதுகாப்பு மற்றும் வியூகவியல்

10. பொருளாதாரம்

11. பொருளாதாரம் மற்றும் ஊரக வளர்ச்சி

12. ஃபங்ஷனல் ஆங்கிலம்

13. வரலாறு

14. ஹோம் சயின்ஸ்

15. வரலாற்றுச் சுற்றுலா மற்றும் பயண மேலாண்மை

16. இந்தியக் கலாச்சாரம்

17. இதழியில்

18. ஜர்னலிசம் அண்ட் மாஸ் கம்யூனிகேஷன்

19. மாஸ் மீடியா

20. தத்துவயியல்

21. அரசியல்

22. அரசியல் அறிவியல்

23. உளவியல்

24. மதம், தத்துவம், சமூகவியல்

25. சமூகவியல்

26. சுற்றுலா

அடுத்து பி.எஸ்சி. படிப்பில் இருக்கும் பிரிவுகள் என்னென்ன என்று பார்க்கலாம்.

1. நவீன விலங்கியல்

2. மேம்படுத்தப்பட்ட விலங்கியல் மற்றும் விலங்கு உயிரி தொழில்நுட்பம்

3. அனிமேஷன்

4. பயோடெக்னாலஜி

5. தாவரவியல்

6. விலங்கியல்

7. உயிரியல்

8. இயற்பியல்

9. உயிரியல்

10. கணக்கியல்

11. கம்ப்யூட்டர் அறிவியல்

12. கம்ப்யூட்டர் தொழில்நுட்பம்

13. எலெக்ட்ரானிக்ஸ் மீடியா

14. எலெக்ட்ரானிக்ஸ் கம்யூனிகேஷன்

15. எலெக்ட்ரானிக்ஸ் மற்றும் தொடர்பியல்

16. புவியியல்

17. தகவல் தொழில்நுட்பம்

18. புள்ளியியல்

19. சுற்றுலா மற்றும் வரவேற்பு மேலாண்மை

இவை தவிர, பி.பி.ஏ, பி.பி.எம், பி.சி.ஏ, பி.லிட். போன்ற இளங்கலைப் படிப்புகளும் உள்ளன.

இளங்கலைப் படிப்புகளுக்கு பிளஸ் 2 மதிப்பெண் அடிப்படையில்தான் மாணவர்கள் சேர்க்கப்படுகிறார்கள். முதன்மைப் பாடம் மற்றும் அது தொடர்புடைய பாடங்களில் பெற்றுள்ள மதிப்பெண்கள் மட்டுமே கவனத்தில் கொள்ளப் படும். பிளஸ் 2 தேர்வில் பெற்ற மொத்த மதிப்பெண் கணக்கில் எடுத்துக் கொள்ளப்படுவதில்லை.

எந்தக் கல்லூரியில் எந்தப் படிப்பு உள்ளது என்பதை இணையதளத்தின் மூலம் அறியலாம். தான் படிக்க விரும்பும் கல்லூரி தேசிய தர மதிப்பீட்டுக் குழுவால் சான்றளிக்கப்பட்டதா? போதுமான பேராசிரியர்கள் உள்ளார்களா? ஏனைய கற்பித்தல் வசதிகள் உள்ளனவா? என அறிந்து, அந்தக் கல்லூரி பல்கலைக் கழக மானியக் குழுவால் அங்கீகரிக்கப்பட்டிருந்தால் மட்டுமே அக்கல்லூரியில் தான் விரும்பும் பிரிவில் மாணவர்கள் சேரவேண்டும்.

கலை அறிவியல் படிப்பைத் தேர்வு செய்யும் முன்னர்

எத்தனை ஆண்டுகளில் வேலைக்குச் செல்ல வேண்டும், அடுத்து முதுகலைப் படிப்பைத் தொடர்வதா அல்லது ஆராய்ச்சிப் படிப்பைத் தேர்ந்தெடுக்க வேண்டுமா என்பது குறித்த தெளிவான திட்டமிடல் அவசியம். பின்னர் அதற்கான வாய்ப்புள்ள படிப்பைத் தேர்வுசெய்ய வேண்டும்.

கலை அறிவியல் படிப்பில் பொறியியல் படிப்புக்கு இணையான சம்பளம் மற்றும் வளர்ச்சிக்கான வாய்ப்புகள் வணிகவியல் படிப்பில் உள்ளது.

இந்திய அளவில் இன்னும் சில ஆண்டுகளில் 6 லட்சம் ஆடிட்டர்கள் தேவைப்படுகின்றனர். பிளஸ் 2 முடித்தவர்கள் பி.காம்., சிஏ மற்றும் பிபிஎம் பட்டம் படித்தவர்கள் ஆடிட்டிங் துறையில் படிப்பைத் தொடரலாம்.

மேலும் கம்பெனி செகரெட்டரி படிப்புக்கும் தேவை அதிகம் உள்ளது. 40 கோடி ரூபாய்க்கும் அதிகமாக வணிகம் செய்யும் நிறுவனங்கள் கண்டிப்பாக ஒரு ஆடிட்டரையும், கம்பெனி செகரெட்டரியையும் நிறுவனத்தில் நியமனம் செய்தே ஆக வேண்டும் என்பது கட்டாயம்.

அதேபோல ஆங்கில இலக்கியத்துக்கு உலகம் முழுவதும் ஏராளமான வாய்ப்புகள் காணப்படுகின்றன.

குறிப்பாக நன்கு ஆங்கிலம் தெரிந்தவர்களுக்குச் சீனா மற்றும் ஜப்பானில் நல்ல வரவேற்பு இருக்கிறது.

மொழிப்பாடத்தில் வெளிநாட்டு வேலை என்று முடிவு செய்துவிட்டால் ஆங்கில இலக்கியத்தைத் தேர்வு செய்வது நன்று.

இப்பிரிவில் முதுகலைப் பட்டம் முடிப்பவர்களுக்கு ஆசிரியர் பணிக்கான வாய்ப்புகள் காத்திருக்கின்றன.

கம்ப்யூட்டர் சயின்ஸ் துறையில் பி.எஸ்சி. கம்ப்யூட்டர் சயின்ஸ் மற்றும் எம்.சி.ஏ. பட்டம் பெற்றவர்களுக்குப் பிரகாசமான எதிர்காலம் உள்ளது. அத்துடன் அட்வான்ஸ்டு சான்றிதழ் படிப்புகளையும் படித்திருந்தால் வேலை நிச்சயம்.

சிவில் சர்வீஸ் தேர்வு மற்றும் அரசுப் பணியாளர் தேர்வு எழுத விரும்பும் மாணவர்களுக்கும் கலை அறிவியல் படிப்புகள் கைகொடுக்கின்றன.

கலை அறிவியலில் தனக்குப் பிடித்த ஏதாவது ஒரு துறையைத் தேர்வு செய்து படிப்பதுடன் போட்டித் தேர்வுக்கான பயிற்சி மையங்களில் இணைந்து அரசு வேலைக்கான தேர்வுகளுக்கும் தயாராகலாம்.

சுற்றுலாத்துறை மற்றும் ஹோட்டல் துறை நவீனமடைந்து வருவதால் இந்தப் பிரிவைத் தேர்ந்தெடுத்துப் படித்து வளமான வாழ்வை அமைத்துக் கொள்ளலாம்.

இவர்களுக்கு வெளிநாட்டு நிறுவனங்களில் பணிபுரிவதற்கான வாய்ப்பு சிறப்பாகக் காணப்படுகிறது.

நுண்ணுயிரியல் மற்றும் உயிர் வேதியியல் துறைகளில் இளங்கலைப் பட்டம் முடிப்பவர்கள் அடுத்த கட்டமாக வெளிநாடுகளில் உதவித்தொகையுடன்ஆராய்ச்சிப் படிப்பினைத் தொடர முடியும்.

ஊடகவியல் படிப்புகளுக்கும் தற்போது வேலை வாய்ப்புகள் அதிகரித்து வருகின்றன. விஸ்காம் மற்றும் ஜர்னலிச படிப்பில் ஆர்வம் உள்ள மாணவர்கள் இதைத் தேர்வு செய்யலாம்.

சூழலியல் சுற்றுலா, இயற்கை வேளாண்மை, சூழலியல் புகைப்படக் கலை எனச் சூழலியல் சார்ந்த பல படிப்புகள் புதிதாக வந்துள்ளன. இவற்றிற்கும் நல்ல எதிர்காலம் உண்டு.

கலை அறிவியல் படிப்புடன் துறை சார்ந்து கம்ப்யூட்டர் சான்றிதழ் படிப்புகளையும் படித்தால் இளங்கலைப் பட்டம் முடித்தவுடன் வேலை வாய்ப்புகளைப் பெற முடியும்.

ஜவுளித் துறையில் சாதிக்க நினைப்பவர்களுக்கும் புதுமையான படிப்புகள் காத்திருக்கின்றன.

முன்னணி நிறுவனங்களில் வேலை வாய்ப்பைப் பெற டெக்ஸ்டைல்ஸ் என்னும் ஜவுளி சார்ந்த படிப்புகளைத் தேர்வு செய்யலாம்.

அப்பேரல் பிராண்டிங் எனப்படும் படிப்பின்கீழ் விற்பனை, மேம்பாடு, தர உத்தரவாதம் உள்ளிட்ட பல்வேறு சான்றிதழ் படிப்புகள் உள்ளன.

மத்திய ஜவுளித் துறையின் கீழ் இயங்கும் ஆயத்த ஆடைகள் முன்னேற்றக் குழுமத்தின் நிதியுதவியுடன் படிக்கலாம்.

ஆங்கில மொழித்திறன் கொண்டவர்கள் பிசினஸ் புராசஸ் அவுட்சோர்சிங் (பி.பி.ஓ.), நாலட்ஜ் புராசஸ் அவுட்சோர்சிங் (கே.பி.ஓ), லீகல் புராசஸ் அவுட்சோர்சிங் (எல்.பி.ஓ.) ஆகிய படிப்புகளைத் தேர்ந்தெடுக்கலாம்.

இதனைப் படித்து முடித்தால் உடனடி வேலைவாய்ப்பு உறுதி.

மத்திய அரசின் தொழில் முனைவோர் மேம்பாட்டு நிறுவனம் குறைந்த கட்டணத்தில் இதுபோன்ற படிப்புகளை வழங்குகிறது.

பல்கலைக் கழகங்கள்

பள்ளிப் படிப்பிற்குப் பிறகு உயர்நிலைக் கல்வியை வழங்கவும், ஆராய்ச்சிப் பணிகளை மேற்கொள்ளவும் உருவாக்கப்படும் கல்வி நிறுவனங்கள் பல்கலைக் கழகங்கள் என்று அழைக்கப்படுகின்றன.

நம் நாட்டில் யுஜிசி - UGC (University Grant Commission) எனப்படும் மத்திய அரசு அமைப்பு பல்கலைக் கழகங்களைக் கட்டுப்படுத்தி நிர்வகிக்கிறது.

மத்திய அரசால் உருவாக்கப்பட்டு நிர்வகிக்கப்படுபவை மத்திய பல்கலைக் கழகங்கள் ஆகும்.

அதேபோல மாநில அரசால் உருவாக்கப்பட்டு நிர்வகிக்கப் படுபவை மாநில பல்கலைக் கழகங்கள் ஆகும். இவ்வாறு இருவகையான பல்கலைக் கழகங்கள் இந்தியாவில் உள்ளன.

பல்கலைக் கழகங்கள் தமது நிர்வாகச் செலவு மற்றும் ஆய்வுப் பணிகளுக்குத் தேவையான நிதியை யுஜிசி மூலம் பெறுகின்றன.

மேலும் தாம் நடத்தும் பல்வேறு படிப்புகள் வாயிலாகத் தேவையான நிதியை உருவாக்கிக் கொள்கின்றன.

மேலும் பல்கலைக் கழகங்கள் தமது எல்லைக்குட்பட்ட கல்லூரிகளுக்கு இணைப்பு (Affiliation) வழங்கி அதன்மூலம் அந்தக் கல்லூரிகளில் பயிலும் மாணவர்களுக்குப் பட்டம் வழங்குகின்றன.

தற்காலத்தில் பல தனியாரால் துவங்கப்பட்டு நிர்வகிக்கப் படும் பல சுயநிதிக் கல்லூரிகள் பல்கலைக் கழக இணை தகுதியைப் பெற்றுள்ளன. இவை நிகர்நிலை பல்கலைக் கழகங்கள் (Deemed University) என்று அழைக்கப்படுகின்றன.

இவை சுயமாகவே இளநிலை, முதுநிலை மற்றும் ஆராய்ச்சி படிப்புகளை வழங்குகின்றன. மேலும் இவைகளுக்கு மத்திய மற்றும் மாநில அரசு நிதிகள் எதுவும் வழங்கப்படுவதில்லை. எனினும் சில குறிப்பிட்ட ஆய்வுப் பணிகளுக்கு இவை மத்திய அரசு நிதி (Aid) பெறுகின்றன.

பல்கலைக் கழகங்கள் வழங்கும் பட்டங்கள், முதுநிலை பட்டங்கள், ஆய்வுப் பட்டங்கள், பட்டயங்கள், முதுநிலை பட்டயங்கள் மற்றும் பிற சான்றிதழ்கள் யாவும் தனியார் மற்றும் அரசுப் பணிகளுக்கு ஏற்புடையவை ஆகும்.

பிற பல்கலைக் கழகங்களில் உயர் கல்வியை தொடரவும் ஏற்புடையவை ஆகும்.

தமிழகத்தில் காணப்படும் பல்கலைக் கழகங்கள் எவை என்று பார்க்கலாம்.

சென்னைப் பல்கலைக் கழகம்

மதுரை காமராஜர் பல்கலைக் கழகம்

பாரதிதாசன் பல்கலைக் கழகம்

பாரதியார் பல்கலைக் கழகம்

அழகப்பா பல்கலைக் கழகம்

மனோன்மணியம் சுந்தரனார் பல்கலைக் கழகம்

பெரியார் பல்கலைக் கழகம்

திருவள்ளுவர் பல்கலைக் கழகம்

அன்னை தெரசா பல்கலைக் கழகம்

தமிழ்நாடு திறந்தநிலை பல்கலைக் கழகம்

தமிழ்ப் பல்கலைக் கழகம்

அண்ணாமலை பல்கலைக் கழகம்

காந்திகிராம கிராமிய நிகர்நிலைப் பல்கலைக் கழகம்

8

சட்டம்

மருத்துவம், பொறியியல் போன்று மற்றொரு துறையும் உள்ளது. அதுதான் சட்டத்துறை. இதுவும் மிகவும் முக்கியத்துவம் வாய்ந்த ஒரு படிப்பாகவே விளங்குகிறது.

இந்தியாவில் சட்டப்படிப்பு இரு விதமாக உள்ளது. அதாவது பிளஸ் 2 முடித்துவிட்டு நேராக பிஎல் (BL) படிக்கலாம். இது ஐந்தாண்டுகள் படிப்பு.

அடுத்து பிஏ, பிஎஸ்சி, பிகாம் போன்ற பட்டப்படிப்பினை முடித்துவிட்டும் பிஎல் படிக்கலாம். அது மூன்றாண்டு படிப்பு. இவ்வாறு பட்டப்படிப்புப் படித்துவிட்டு பிஎல் படிப்பவர்கள் மொத்தம் ஆறு ஆண்டுகள் படிக்க வேண்டும்

தமிழகத்தில் டாக்டர் அம்பேத்கர் சட்டப் பல்கலைக் கழகத்தின் கீழ் சென்னை, திருச்சி, மதுரை, திருநெல்வேலி, செங்கல்பட்டு, கோயம்புத்தூர், சேலம் உள்ளிட்ட 13 இடங்களில் அரசு சட்டக் கல்லூரிகள் உள்ளன.

அகில இந்திய அளவில் புனே மற்றும் பெங்களூருவில் நேஷனல் லா ஸ்கூல் (National Law school) சிறந்த சட்டக் கல்லூரிகள் உள்ளன.

அரசு சட்டக் கல்லூரிகளில் பிரத்யேகமாக நடைபெறும் நுழைவுத் தேர்வில் பெறும் மதிப்பெண்களின் அடிப்படையில் தான் மாணவர் சேர்க்கை நடைபெறுகிறது. பிளஸ் 2வில் குறைந்த பட்சம் 50 அல்லது 60 சதவீத மதிப்பெண்களைப் பெற்றிருந்தால் சட்டக்கல்லூரிக்கான நுழைவுத் தேர்வை எழுதலாம்.

நுழைவுத் தேர்வு கேள்விகளில் பொது அறிவு அதிகமாகவும், சட்ட அறிவு ஓரளவிற்கும் காணப்படும். நுழைவுத் தேர்வுக்கு சில நல்ல பயிற்சி மையங்கள் இருக்கின்றன.

அரசு சட்டக் கல்லூரிகளில் படித்தால் படிப்புச் செலவு மிகக் குறைவு என்பது குறிப்பிடத்தக்கது.

சட்டப் படிப்பைப் பொறுத்தமட்டில் தமிழகத்தில் பிஎல் என்றும், பிற மாநிலங்களில் எல்எல்பி என்றும் அழைக்கப்படுகின்றன. ஆந்திரா மற்றும் கர்நாடகாவில் இந்தப் படிப்பு பகுதி நேரப் படிப்பாகவும் இருக்கிறது.

சில பல்கலைக் கழகங்கள் சட்டப் படிப்பைத் தொலை தூரப் படிப்பாகவும் வைத்துள்ளன. அதை பிஜிஎல் (BGL) என்று அழைக்கின்றனர். இந்தப் படிப்பை வைத்துக் கொண்டு நீதிமன்றங்களில் வழக்கறிஞராகத் தொழில் செய்ய முடியாது. பணி உயர்வுக்காக மட்டுமே இந்தப் படிப்பு விளங்குகிறது.

பொதுவாக பிஎல் என்னும் சட்டப் படிப்பை முடித்தவர் களில் பாதிக்கும் குறைவானவர்கள் மட்டுமே நீதிமன்றத்திற்குச் சென்று வழக்கறிஞர்களாகத் தொழில் செய்கின்றனர்.

பிஎல் படித்து முடித்ததும் யாராவது ஒரு சீனியர் வழக்கறி ஞரிடம் ஜூனியராகப் பணிபுரிய வேண்டும்.

பெரும்பாலும் மாவட்ட நீதிமன்றம், உயர்நீதிமன்றங்களில் பணிபுரியும் ஜூனியர் வழக்கறிஞர்களுக்குக் குறைவான ஊதியம் தான் கிடைக்கிறது. சுமார் ஐந்தாண்டுகளுக்குப் பிறகுதான் அவர்களால் சுயமாக வழக்கறிஞர் தொழிலைச் செய்ய முடியும்.

இந்தியாவில் சிறப்பான சட்ட நிறுவனங்கள் (Law firm) நிறைய உள்ளன. இங்கு ஜூனியராகவோ, பணியாளராகவோ இருந்தால் ஆரம்பக் காலத்திலேயே நல்ல ஊதியம் கிடைக்கும். சில ஆண்டுகளிலேயே மாதந்தோறும் லட்சம் ரூபாய்க்கும் அதிகமாகச் சம்பாதிக்க முடியும்.

அதேபோல பெரிய பெரிய நிறுவனங்களில் சட்ட அதிகாரி (Law officer), லீகல் மேனேஜர் (Manager Legal), ஏஜிஎம் (AGM), ஜிஎம் (GM) என்ற பல பதவிகளில் பணிபுரியும் வாய்ப்பும் பிஎல் முடித்தவர்களுக்கு உண்டு.

தற்போது லீகல் புராசஸ் அவுட்சோர்ஸிங் (Legal Process Outsourcing) என்னும் தொழிலும் அதிகரித்து வருகிறது. அமெரிக்கா போன்ற மேலை நாடுகளில் உள்ள சட்டம் சம்பந்தமான வேலைகள் நம் நாட்டில் அவுட்சோர்ஸ் செய்யப் படுகின்றன. இந்தப் பணி காரணமாக பிஎல் முடித்தவர்கள் வேலை வாய்ப்பை அதிகமாகப் பெற முடிகிறது. அத்துடன் இதில் நிறைய வருமானமும் கிடைக்கிறது.

பார் கவுன்சிலால் அங்கீகரிக்கப்பட்ட சட்டக் கல்லூரிகள் நாட்டில் ஏறத்தாழ ஆயிரம் இருக்கின்றன. இவற்றில் எந்தக் கல்லூரிகள் பெரும் புகழ் பெற்று விளங்குகின்றன என்கிற பட்டியலைப் பெற்று அந்தக் கல்லூரியில் சேர்ந்து படிப்பது என்பது சரியான அளவீடு கிடையாது.

மாறாக ஒரு நல்ல, சிறந்த சட்டக் கல்வி நிறுவனம் எது என்று பார்த்து அதைத் தேர்வு செய்வதுதான் ஒரு மாணவருக்கு மிகமுக்கியம் ஆகும்.

முதலில் அந்தக் கல்லூரியில் உள்ள பேராசிரியர்கள் எப்படி பாடங்களை நடத்துகிறார்கள் என்பதைப் பற்றி நன்கு விசாரித்துத் தெரிந்துகொள்ள வேண்டும்.

வகுப்பறைக்கு வெளியே கிடைக்கும் அகடமிக் மற்றும் தொழில் சார்ந்த நடவடிக்கைகளுக்கான வாய்ப்புகளைப் பற்றி ஆராய வேண்டும். கிளீனிக்ஸ், ஜர்னல்ஸ் அல்லது இன்டர்ன்ஷிப்ஸ் போன்றவை இதில் அடங்கும்.

மேலும் சர்வதேச மற்றும் இந்திய அளவிலான சட்ட அமைப்புகளில் சேரும் வாய்ப்புகள் எந்த சட்டக் கல்லூரியில் படிக்கும் மாணவர்களுக்குக் கிடைக்கிறது என்பதையும் கவனிக்க வேண்டும்.

நீங்கள் சேர விரும்பும் சட்டக் கல்லூரியின் பழைய மாணவர்களிடம் அக்கல்லூரி பற்றி முடிந்தளவு விசாரிக்க வேண்டும்.

படிப்பு முடித்த பிறகான வாய்ப்புகள் மற்றும் பிற மாணவர் களுடனான நெட்வொர்க் ஆகியவை குறித்தும் நன்கு விசாரிக்க வேண்டும்.

இவ்வாறு பலவிதமாக அலசி ஆராய்ந்த பிறகே நீங்கள் படிக்கப் போகும் சட்டக் கல்லூரியைத் தேர்வு செய்வது நல்லது.

தேசிய அளவில் சட்டம் பயிற்றுவிக்கும் பல்கலைக் கழகங்களில் சிறந்த முறையில் கல்வி கற்பிக்கப்படுகிறது. இவற்றில் சேர விரும்புவோர் 'காமன் லா அட்மிஷன் டெஸ்ட்' (சிஎல்ஏடி) என்ற நுழைவுத் தேர்வை எழுத வேண்டும்.

பொது அறிவுப் பாடங்களுக்கு 50 மதிப்பெண், கணிதம் 20, லீகல் ஆட்டிடியூட் 50, லாஜிக்கல் ரீசனிங் 40, ஆங்கிலம் 40 என மொத்தம் 200 மதிப்பெண்களுக்குத் தேர்வு நடத்தப் படுகிறது.

பெங்களூர் நேஷனல் லா ஸ்கூல் ஆஃப் இன்டியா யுனிவர்சிட்டி, ஐதராபாத் நல்சர் யுனிவர்சிட்டி ஆஃப் லா, காந்தி நகரில் குஜராத் லா யுனிவர்சிட்டி, ஜோத்பூரில் நேஷனல் லா யுனிவர்சிட்டி உள்பட நாடு முழுவதும் 14 சட்டப் பல்கலைக்கழகங்கள் உள்ளன. இவை இணைந்து காமன் லா அட்மிஷன் தேர்வை நடத்துகின்றன.

தமிழகத்தில் நுழைவுத்தேர்வு ரத்து செய்யப்பட்டுள்ளதால், மதிப்பெண் அடிப்படையில் இங்குள்ள கல்லூரிகளில் சேர வேண்டும். தேசிய அளவிலான கல்லூரியில் சேர விரும்புவோர் நிச்சயமாக நுழைவுத்தேர்வு எழுத வேண்டும்.

சென்னை தரமணியில் அம்பேத்கர் சட்டப் பல்கலைக் கழகத்தின் நேரடிக் கட்டுப்பாட்டின் கீழ் ‘ஸ்கூல் ஆஃப் எக்ஸலேன்ஸ் இன் லா’ என்னும் கல்லூரி செயல்பட்டு வருகிறது. இங்கு நான்கு விதமான ஐந்தாண்டு எல்எல்பி (ஹானர்ஸ்) படிப்புகள் இருக்கின்றன.

அதேபோல் மூன்றாண்டு எல்எல்பி (ஹானர்ஸ்) படிப்பும் உண்டு. இந்தப் படிப்பில் சேருவதற்கு ஏதாவதொரு துறையில் இளங்கலைப் பட்டம் பெற்றிருக்க வேண்டும்.

தமிழகத்தில் டாக்டர் அம்பேத்கர் சட்டப் பல்கலைக் கழகத்தின் கீழ் உள்ள அரசு சட்டக் கல்லூரிகள் எவையென்று பார்க்கலாம்.

1 சென்னை

2 மதுரை

3 திருச்சி

4 கோவை

5 திருநெல்வேலி

6 செங்கல்பட்டு

7 வேலூர்

8 தருமபுரி

9 விழுப்புரம்

10 இராமநாதபுரம்

11 சேலம்

12 நாமக்கல்

13 தேனி

நுழைவுத் தேர்வுக்கான பயிற்சி

சமூகத்தில் மதிப்புமிக்க படிப்புகளில் குறிப்பிடத்தக்கது சட்டப்படிப்பான பிஎல் ஆகும். அகில இந்திய அளவில் சட்டப் படிப்பில் சேருவதற்கு நுழைவுத் தேர்வுகள் அவசியமாகிறது. குறிப்பாக கிளாட், எல்சாட், செட், ஐபியுசிஇடி, என்எல்யு போன்ற பல்வேறுவித நுழைவுத் தேர்வுகள் இருக்கின்றன.

இந்தத் தேர்வுகளை எளிதாக எதிர்கொள்வது எப்படி? அதற்குக் குறிப்பாக ஐந்து பாடங்களைச் சிறப்பாகப் படிப்பது மிக அவசியமாக இருக்கிறது. எனினும் எல்சாட் இந்தியா நுழைவுத் தேர்வு மட்டும் வேறுபட்டதாக விளங்குகிறது.

ஆங்கிலப் புலமை மிக முக்கியம். ஆங்கிலத்தில் வார்த்தை வளம் (Vocabulary), இலக்கணம் மற்றும் சொற்றொடர் திருத்தம் (Grammar & Sentence correction), வாசித்துப் புரிந்துகொள்ளுதல் (Reading comprehension), வார்த்தை வள மேம்பாடு ஆகியவை மிக அவசியம்.

வார்த்தை வளத்தை மேம்படுத்திக் கொள்வதற்கு பாடப் புத்தகம், செய்தித்தாள்கள் போன்றவற்றைப் படித்து அதிகரித்துக் கொள்ள வேண்டும்.

சில பயனுள்ள பயிற்சிப் புத்தகங்களைப் பயன்படுத்தி, இலக்கணம் மற்றும் சொற்றொடர் திருத்தப் பயிற்சிகளை மேற்கொள்ள வேண்டும்.

ரென் மற்றும் மார்ட்டின் ஆகியோர் எழுதிய 'ஹைஸ்கூல் இங்கிலீஷ் கிராமர் அன்ட் காம்போசிஷன்' (High school English Grammar and Composition) என்ற புத்தகத்தை வாசித்து ஆங்கில இலக்கண அறிவை வளர்த்துக் கொள்வது நல்லது.

அதிகளவில் படிக்கும் திறனை வளர்த்துக் கொள்வதன் மூலம் புரிந்து கொள்ளும் திறனை வளர்த்துக் கொள்ளலாம்.

ஒருவேளை பள்ளிப் படிப்பை ஆங்கில மீடியத்தில் படிக்காத மாணவர்கள் தினமும் சில மணிநேரம் ஆங்கில மொழிப் பயிற்சி மேற்கொள்வதன் வாயிலாக ஆங்கில அறிவை வளர்த்துக் கொள்ளலாம்.

9

கட்டிடக்கலை

பி ஆர்க் என்னும் பொறியியல் பட்டப்படிப்பு முழுக்க முழுக்க கட்டிடக் கலை வடிவமைப்பைக் கற்றுத்தருவது. இதில் வாஸ்து, மனையடி சாஸ்திரம், ஃபெங் சூயி போன்ற உப கட்டிடக் கலைகள் இருக்காது. ஆனால் இவற்றையும் பி.ஆர்க் படித்த ஒருவர் பயின்று தகுதியை வளர்த்துக் கொள்ளலாம்.

ஆர்கிடெக்டுகள் வடிவமைப்புக்கு யோசிப்பது போல ஒரு கட்டிடத்தின் வடிவமைப்பிலோ, நகரத்தின் வடிவமைப்பிலோ, ஒரு லேஅவுட்டின் வடிவமைப்பிலோ, ஒரு கட்டிடம் அல்லது ஊர் சிறப்புற இயங்கத் தேவையானவற்றின் வடிவமைப்பினை இவர்களால் மட்டுமே சிறப்பாக அணுக முடியும்.

பி.ஆர்க் படிப்பவர்கள் முழுக்க முழுக்க வடிவமைப்பையே படிப்பதால் அவர்கள் கையாளுகிற செய்நேர்த்தி, பொதுஅறிவு, பகுத்தறிதல் மிக அற்புதமாக இருக்கும்.

பிளஸ் 2 படிப்பை முடித்ததும் பொறியியலுடன் தொடர்புடைய பி ஆர்க் என்னும் கட்டிடக்கலை படிப்பைத் தேர்வு செய்வது சிறந்தது.

ரியல் எஸ்டேட் என்னும் தொழில் உச்சத்தில் இருக்கும் வரை இந்தப் படிப்பிற்கான மகத்துவம் அதிகமாகவே இருக்கும். ஏர்கண்டிஷன் செய்யப்பட்ட அறைக்குள் அமர்ந்து வரைபடம் தயாரித்தல் என்பது பொதுவாகப் பெண்களுக்கு மிகவும் உகந்த பணியாகவே இருக்கும்.

பிளஸ் 2வில் கணிதத்தை முதன்மைப் பாடமாக எடுத்து 50 சதவீத மதிப்பெண்ணுக்குக் குறையாமல் பெற்றுத் தேர்வாகி இருத்தல் அவசியம்.

அடுத்து இந்தப் படிப்பில் சேருவதற்கு நேட்டா (NATA) என்னும் தேசிய ஆப்டிடியூட் டெஸ்ட் ஆஃப் ஆர்க்கிடெக்சர் (National Aptitude Test in Architecture) நுழைவுத் தேர்வில் வெற்றி பெறுவது முக்கியம். இத்தேர்வு ஆண்டுக்கு இரண்டு முறை நடத்தப்படுகிறது.

நேட்டா மற்றும் ஜே.இ.இ. மெயின் தேர்வு மூலம் பி. ஆர்க் படிப்பில் சேர முடியும். ஒருவர் நேட்டா தேர்வை 5 முறை எழுதலாம். எதில் அதிக மதிப்பெண் பெறுகிறீர்களோ, அதைப் பயன்படுத்த அனுமதிக்கப்படுவார்கள்.

பி ஆர்க் பட்டப்படிப்பு ஐந்தாண்டுகள் படிக்க வேண்டும். இறுதி ஆண்டில் செய்முறைத் தேர்வு மற்றும் புராஜக்ட் பயிற்சி பெற வேண்டும்.

பி.ஆர்க் நான்காம் ஆண்டு படிக்கும்போது 3 மாதங்கள் ஆர்கிடெக் அலுவலகத்தில் நேர்முகப் பயிற்சி பெற வேண்டும்.

பி.ஆர்க் படிப்பில், ஆர்கிடெக்சர் டிசைன், தியரி ஆப் ஸ்ட்ரக்சர்ஸ், பில்டிங் கன்ஸ்ட்ரக்சன், பில்டிங் மேனேஜ்மெண்ட், ஹிஸ்ட்ரி ஆப் ஆர்கிடெக்சர், ஆர்கிடெக்சரல் டிராயிங், பில்டிங் சயின்ஸ் அண்ட் சர்வீசஸ், ஒர்க்ஷாப் பிராக்டிஸ் போன்ற பாடங்கள் உள்ளன.

பிஇ சிவில் படிப்பும் கட்டிடம் சம்பந்தப்பட்டதுதான் என்ற

போதிலும் இவ்விரு படிப்புகளுக்கும் நிறைய வேறுபாடு உண்டு என்பதைப் புரிந்து கொள்ள வேண்டும். சிவில் மொத்தம் நான்காண்டு படிப்பு தான். இதனைப் படித்தால் கட்டுமானப் பணி நடைபெறும் இடத்தில் வெயிலில் காய வேண்டிய கட்டாயம் உண்டு. ஆனால் பி ஆர்க் படித்தால் ஏசி அறையில் அமர்ந்து பணிபுரியலாம்.

பிஇ சிவில் பொறியியல் பட்டப்படிப்பு என்பது கட்டிடம் கட்டவும், எஸ்டிமேட் செய்யவும், ஸ்ட்ரக்சுரல் டிசைனிங் ,கட்டுமானத்தில் தரக்கட்டுப்பாடு செய்யவும் கற்றுத்தருவது. சுருக்கமாகக் கட்டிட வடிவமைப்பு பற்றி இதில் கற்றுத் தந்தாலும் அவர்களால் கட்டிட வடிவமைப்பை ஆத்மார்த்தமாக அணுகி வடிவமைக்க முடியாது,

ஆனால் அது பி ஆர்க் பட்டம் பெற்றவர்களால் மட்டுமே முடியும் என்பதுதான் உண்மை.

பி.ஆர்க் உள்கட்டமைப்பு தொடர்பான படிப்பு. இதில் கட்டிட வரைபடம் தயாரிப்பு, மின்சார அமைப்பு, பிளம்பர் பணிகள் பற்றியெல்லாம் கற்றுத் தரப்படுகிறது.

முதியோர்கள் ஏறி இறங்க முடியாது என்பதால் கீழ்தளத்தில் அறை அமைப்பது, கட்டில் அருகேயே மின்விசிறி, மின்விளக்கு சுவிட்சுகளை அமைப்பது போன்றவற்றையும் தேர்வு செய்யவேண்டும். சைவம் மற்றும் அசைவத்துக்கு எனத் தனித்தனி சமையலறை கட்டுவதும் இந்த படிப்பின் ஒருபகுதி.

இந்தப் படிப்பை முடித்ததும் டெல்லியில் உள்ள ஆர்க்கிடெக் கவுன்சிலில் பதிவு செய்தால் மட்டுமே வேலை வாய்ப்பு கிடைக்கும்.

அதாவது ஆர்கிடெக்ட் பட்டப் படிப்பு சிஓஏ என்னும் கவுன்சில் ஆஃப் ஆர்கிடெக்சர் என்னும் அமைப்பால் கண்காணிக்கப்பட்டு வருகிறது. ஐந்து வருடம் பி.ஆர்க் முடித்து சிஓஏவில் தமது பெயரைப் பதிவு செய்த பிறகே தமது பெயருக்குப் பின் ஆர்கிடெக் என்று அதிகாரப்பூர்வமாகக் குறிப்பிட முடியும்.

உள்ளூரிலேயே வேலைவாய்ப்புகள் அதிகம் கொட்டிக் கிடக்கின்றது. வீட்டிலிருந்தபடியே வரைபடங்கள் தயாரித்துக் கொடுத்து நல்ல வருமானம் பெறமுடியும்.

தற்போது சிஎம்டிஏ அனுமதியைப் பெற வேண்டும் என்றால் பிஆர்க் பட்டம் பெற்றவர்களின் கையெழுத்துப் பெற்றால்

மட்டுமே கட்டிடம் கட்ட முடியும் என்பதால் இந்தப் படிப்பிற்கான மதிப்பு பலமடங்கு அதிகரித்துள்ளது.

இளநிலை பட்டப்படிப்பு மட்டுமல்லாது 3 ஆண்டுகள் கொண்ட பி.ஆர்க். டிப்ளமோ படிப்பும் உள்ளது. எம்.ஆர்க் முதுநிலைப்படிப்பும், ஆராய்ச்சிப் படிப்புகளும் உள்ளன.

கட்டிடக்கலை படிப்பு படிப்பவர்கள் டேட்டா அனலிஸ்ட், கட்டிடக்கலை வடிவமைப்பாளர், கட்டிடக்கலை பொறியாளர், உள்அலங்கார வடிவமைப்பாளர், கட்டிட ஆலோசகர், தொழில்நுட்பனர், நிர்வாக அதிகாரி, கட்டிடவியல் இதழியலாளர், கட்டிடக்கலை இயக்குனர் எனப் பல்வேறு பணிகளையும், பதவிகளையும் வகிக்க முடியும்.

வளரும் நாடான இந்தியாவிலும், அரபுநாடுகள், அமெரிக்கா, இத்தாலி, பிரான்ஸ், இங்கிலாந்து, ஜப்பான் போன்ற நாடுகளிலும் கட்டிடக்கலை நிபுணர்களுக்கு அதிகமான வேலைவாய்ப்புகள் காத்திருக்கின்றன.

திறமைக்கேற்ப ஆண்டுக்குப் பல லட்சம் ரூபாய் சம்பளம் பெறலாம். விருப்பமுள்ளவர்கள் கட்டிடக்கலையியல் படிப்பை தேர்வு செய்து வாழ்க்கையை வளமாக்கிக் கொள்ளலாம்.

என்ஐடி (திருச்சி)

ஐஐடி (ரூர்கேலா)

ஐஐடி (காரக்பூர்)

அண்ணா பல்கலைக் கழகம் (சென்னை)

ஸ்கூல் ஆஃப் பிளானிங் அன்ட் ஆர்கிடெக்சர் (புதுடெல்லி, போபால், விஜயவாடா)

தமிழ்நாடு ஸ்கூல் ஆஃப் ஆர்கிடெக்சர் (கருமத்தம்பட்டி, கோவை)

மேலே கண்ட கல்லூரிகளில் பி ஆர்க் படிக்கலாம்.

மாஸ் கம்யூனிகேஷன் அன்ட் ஜர்னலிசம்

பத்திரிகை மற்றும் ஊடகத்துறையில் பத்திரிகையாளர் அல்லது ஊடகவியலாளர் ஆக விரும்பினால் அதற்கான முக்கிய அடிப்படைத் தகுதி மொழித்திறன். அதாவது தாய் மொழியான தமிழ் மட்டுமல்லாமல் ஆங்கிலத்திலும் சிறப்பான மொழித் திறன் பெற்றிருத்தல் அவசியம்.

தமிழ் ஊடகங்களில் பணிபுரிகிறவர்கள் தமிழ் மொழித் திறனைக் கண்டிப்பாகப் பெற்றிருக்க வேண்டும். பிழையின்றி எழுதத் தெரிந்திருக்க வேண்டும். பிறருடன் தெளிவாகவும், கருத்துச் சிதைவில்லாமலும் உரையாடத் தெரிந்திருக்க வேண்டும். இவை இருந்தால் நிச்சயமாக ஒரு பத்திரிகையாளராகவோ, ஊடகவியலாளராகவோ சிறப்பிக்க முடியும்.

பி.ஏ. மாஸ் கம்யூனிகேஷன் அன்ட் ஜர்னலிசம் பட்டப் படிப்பில் சேருவதற்கு பிளஸ் 2 வில் தேர்ச்சி பெற்றிருக்க வேண்டும். முக்கியப் பாடமாக எதுவேண்டுமானாலும் இருக்கலாம். மாணவர்களின் மொழித் திறனை ஆய்வு செய்தே சேருவதற்கு அனுமதி வழங்கப்படுகிறது.

பி.ஏ. - மாஸ் கம்யூனிகேஷன் அன்ட் ஜர்னலிசம்

(B.A. Mass Communication and Journalism)

பி.ஏ. - ஜர்னலிசம்

(B.A. Journalism)

இவ்வாறு இரண்டு கோர்ஸ்கள் இருக்கின்றன. இரண்டுமே மூன்றாண்டுகள் படிக்க வேண்டும்.

பி.ஏ. (ஹானர்ஸ்) - மாஸ் கம்யூனிகேஷன்

(B.A. Hons. Mass Communication)

இந்த கோர்ஸ் நான்கு ஆண்டுகள் இளங்கலைப் பட்டப் படிப்பு.

இந்தப் படிப்பிற்கான சிறந்த முக்கிய கல்லூரிகள் எவை என்று பார்க்கலாம்.

1. இந்தியன் இன்ஸ்டிடியூட் ஆஃப் மாஸ் கம்யூனிகேஷன், புதுடெல்லி.
2. ஜவஹர்லால் நேரு பல்கலைக் கழகம், புதுடெல்லி.
3. சென்னைப் பல்கலைக் கழகம், சென்னை.
4. மதுரை காமராஜர் பல்கலைக் கழகம், மதுரை.
5. பாரதியார் பல்கலைக் கழகம், கோயம்புத்தூர்.
6. பாரதிதாசன் பல்கலைக் கழகம், திருச்சிராப்பள்ளி.
7. மனோன்மணியம் சுந்தரனார் பல்கலைக் கழகம், திருநெல்வேலி.
8. அழகப்பா பல்கலைக் கழகம், காரைக்குடி.
9. அண்ணாமலைப் பல்கலைக் கழகம் (தொலைதூரக் கல்வி), சிதம்பரம்.

மேலும் சென்னை எஸ்ஆர்எம் பல்கலைக் கழகம், கோவை இந்துஸ்தான் கல்லூரி உள்ளிட்ட பல கல்லூரிகளிலும் இந்தப் படிப்பு உள்ளது.

குறிப்பாக சென்னையில் பெண்கள் கிறிஸ்தவக் கல்லூரி, மெட்ராஸ் கிறிஸ்டியன் கல்லூரி, எம்.ஓ.பி. வைஷ்ணவா கல்லூரி, லயோலா கல்லூரி ஆகியவை குறிப்பிடத்தக்கவை ஆகும்.

ஜர்னலிஸம் படித்தால் செய்தி ஊடகங்களில் பணிபுரிய மட்டுமே வாய்ப்பு உண்டு என்று கிடையாது. ஏராளமான வேலை

வாய்ப்புகள் உள்நாட்டில் மட்டுமல்லாமல் வெளிநாடுகளிலும் கொட்டிக் கிடக்கின்றன.

பிடிஐ, ராய்ட்டர், ஏஎன்ஐ போன்ற செய்தி நிறுவனங்களில் பணிபுரியும் வாய்ப்புகள் உண்டு.

மட்டுமல்லாமல் இந்தியாவின் வெளிநாட்டுச் செய்தித் தொடர்பாளராகவும், செய்தியை உருவாக்கும், எழுத்தாளர்கள், விளம்பரப் பிரிவு போன்றவற்றிலும் வேலை வாய்ப்புகள் உண்டு.

அனிமேஷன்

திரையில் உயிரோட்டமாகக் காட்டுவதற்காக, உருவங் களைப் படைக்கும் கலைக்கு அனிமேஷன் என்று பெயர். கலையம்சமிக்க படங்கள், வணிகப் படங்கள், பாப் வீடியோக்கள், கம்யூட்டர் கேம்ஸ், வலைத்தளங்கள் போன்ற அனைத்துத் துறைகளிலும் தற்போது அனிமேஷன் பயன்படுத்தப்படுகிறது.

அனிமேட்டர் என்பவர் மாடல்களைக் கட்டமைத்தல், ஸ்டோரிபோர்டுகளை உருவாக்குதல், புராஜெக்டின் பகுதிகளை இதர உறுப்பினர்களோடு இணைந்து நடைமுறைப்படுத்துதல் போன்ற பணிகளைச் செய்கிறார்கள்.

ஒரு அனிமேட்டர் என்பவர் படைப்புத்திறன் உள்ளவராக வும், கலைத்திறன் பெற்றவராகவும், வரைதல் திறன் அமையப் பெற்றவராகவும் இருக்க வேண்டும். சிறப்பான தகவல் தொழில் நுட்பத் திறன்கள், பொறுமை, நீண்டநேரம் ஆழ்ந்த கவனத்துடன் பணிபுரியும் தன்மை, ஆர்ட் மற்றும் டிசைன் ஆகியவற்றில் ஆர்வம் போன்றவைகளைப் பெற்றிருப்பது அவசியம்.

அனிமேஷன் கற்றவர்கள் மென்பொருள் புரோகிராமர்கள், மென்பொருளில் தேவைக்கேற்ற பயன்பாடுகளை உருவாக்குதல் போன்ற பணிகளில் ஈடுபடுத்தப்படுகிறார்கள்.

ஃபைன் ஆர்ட்ஸ், அப்ளைடு ஆர்ட்ஸ், கமர்ஷியல் ஆர்ட்ஸ், கிராஃபிக் டிசைன், அனிமேஷன் டிசைன், விஷுவல் கம்யூனிகேஷன், டிசைன் ஆகிய பிரிவுகளில், இளநிலை மற்றும் முதுநிலைப் படிப்புகள் வழங்கப்படுகின்றன. அனிமேஷன் ஆர்ட் தொடர்பான பயிற்சியும் வழங்கப்படுகிறது.

அனிமேஷன் கோர்ஸில் சேருவதற்கான அடிப்படைக் கல்வித் தகுதி பிளஸ் 2 ஆகும். குறைந்தபட்சம் 45 சதவீத மதிப்பெண்கள் தேவை.

அனிமேஷன் சார்ந்த படிப்புகள் என்னவென்று நாம் பார்க்கலாம்.

1. பி.எஸ்சி அனிமேஷன்

   (B.Sc Animation)

2. பி.ஏ. 3டி அனிமேஷன்

   (B.A 3D Animation)

3. பேச்சிலர் இன் 3டி அனிமேஷன்

   (Bachelor in 3D Animation)

4. பி.எஸ்சி அனிமேஷன் அன்ட் மல்டிமீடியா டெக்னாலஜி

   (B.Sc Animation & Multimedia Technology)

5. பி.எஸ்சி அனிமேஷன் அன்ட் விஎஃப்எக்ஸ்

   (B.Sc Animation & VFX)

இந்த இளநிலை படிப்புகள் அனைத்தும் மொத்தம் மூன்று ஆண்டுகள் படிக்க வேண்டும்.

6. பி.ஏ. அனிமேஷன் அன்ட் மல்டி மீடியா

(B.A . Animation & Multimedia)

7. பி.எஃப்.ஏ. அனிமேஷன்

(B.F.A. Animation)

இந்த இளநிலை படிப்புகள் நான்காண்டுகள் படிக்க வேண்டும்.

8. டிப்ளமோ இன் அனிமேஷன்.

(Diplamo in Animation)

இந்த டிப்ளமோ கோர்ஸ் இரண்டு ஆண்டுகள் படிக்க வேண்டும்.

இந்தப் படிப்புகளில் சேருவதற்குக் கல்வித் தகுதிகள் கணக்கிடப்பட்டாலும், படைப்புத்திறன் மற்றும் கலை ஆர்வம் அதிகமிருக்க வேண்டும். அப்போதுதான் இதில் மகத்தான வெற்றியைப் பெற முடியும்.

தகுதித் தேர்வில் பெறும் மதிப்பெண்கள் அடிப்படை யிலேயே சேர்க்கை நடைபெறுகிறது. சில கல்வி நிறுவனங்கள், மாணவர்களின் திறனை மதிப்பிட, தங்களின் சொந்தத் திறனாய்வுத் தேர்வுகளை நடத்துகின்றன.

விளம்பர ஏஜென்சிகள் தொடங்கி, வீடியோ கேம் புரொடி யூசர்கள் மற்றும் உயிரோட்டமான திரைப்படத் தொழில்கள் வரை, ஏராளமான பணி வாய்ப்புகள் கொட்டிக் கிடக்கின்றன.

திரைப்படத் துறையில் அனிமேட்டர்களின் பணியானது அதிகத் திறமையையும், உழைப்பையும் உள்ளடக்கியதாக விளங்கு கிறது. வருமானமும் நிறைய உண்டு.

இவை தவிர சுய வேலைவாய்ப்பு மற்றும் ஃப்ரீலேன்ஸ் வாய்ப்புகள் உள்ளன. அனிமேஷன் ஃபிலிம் டிசைன் மற்றும் ஃபிலிம் மேக்கிங், அனிமேஷன் கேம் டிசைன், அனிமேஷன் மற்றும் வீடியோ கேம் டிசைன், 2டி, 3டி, விஷுவல் எஃபெக்ட், அனிமேஷன் மற்றும் மல்டி மீடியா, 2டி, 3டி வெப் அனிமேஷன் துறைகளில் வேலைவாய்ப்பினைப் பெறலாம்.

கடல் சார் படிப்புகள்

(Maritime Courses)

கடல் தொடர்பான படிப்புகளை கடல் சார் படிப்புகள் என்று கூறினாலும் அதில் பலவகையான பிரிவுகள் உள்ளன. சமீபகாலமாக புதிது புதிதாகப் பல்வேறு துறைகள் வந்து கொண்டும் இருக்கின்றன.

கடல் சார் படிப்புகளுக்கு அதிக வேலை வாய்ப்பு இருப்பது டன், ஊதியமும் மற்ற துறைகளைக் காட்டிலும் மிக அதிக

மாகவே இருக்கிறது. கடல்சார் படிப்புகளில் மிகவும் அதிக வேலைவாய்ப்பைப் பெற்றுத் தருவதும், பிரபலமானதும் மரைன் என்ஜினியரிங் (Marine Engineering) எனப்படும் கடல்சார் பொறியியல் படிப்பாகும்.

கடந்த சில ஆண்டுகளாகவே இந்தப் படிப்பில் மாணவர்களின் ஆர்வம் அதிகரித்து வருகிறது. தற்போது பல பொறியியல் கல்லூரிகளில் பாடப்பிரிவாகவும் உள்ளது. மேலும் அந்தப் படிப்பிற்கென்றே சில பிரத்யேகக் கல்வி நிறுவனங்களும் இருக்கின்றன. அவற்றில் மிக முக்கியமானதும் தலைமையானதும் சென்னையில் அமைந்துள்ள மத்திய கடல்சார் பல்கலைக்கழகம். இது சென்னை ராஜீவ் காந்தி சாலை மற்றும் கிழக்குக் கடற்கரைச் சாலைக்கு இடையே அமைந்துள்ள உத்தண்டியில் உள்ளது.

1. பி.எஸ் நாட்டிக்கல் டெக்னாலஜி

   (B.S. Nautical Technology)

2. பிடெக் மரைன் என்ஜினியரிங்

   (B Tech Marine Engineering)

3. பிடெக் நேவல் ஆர்க்கிடெக்சர் அன்ட் ஓசியன் என்ஜினியரிங்

   (B Tech Naval Architecture and Ocean Engineering)

இந்த மூன்று படிப்புகளும் நான்காண்டுகள் படிக்க வேண்டும். பிளஸ் 2 வில் கணிதம், இயற்பியல், வேதியியலை முக்கியப் பாடமாகப் படித்திருக்க வேண்டும். 60 சதவீதம் மதிப்பெண்கள் பெற்றிருக்க வேண்டும்.

இந்தியக் கடல்சார் பல்கலைக்கழகம் நடத்தும் பொது நுழைவுத் தேர்வில் தேர்ச்சி பெற்றிருக்க வேண்டும்.

இந்திய கடல் சார் பல்கலைக்கழகத்தின் (Indian Maritime University) ஸ்கூல் ஆஃப் மரைன் என்ஜினியரிங்கில் (School of Maine Engineering) படிக்க வேண்டும். இது மும்பை மற்றும் கொல்கத்தாவில் உள்ளது.

இதைப் பயின்றவர்கள் மரைன் இன்ஜினியர் (Marine Engineer), ஷிப் டிசைன் (Ship Design), ஷிப் பில்டிங் (Ship Building), ஓசியனோகிராபர் (Oceanographer) போன்ற பணிவாய்ப்புகளைப் பெறலாம்.

4. பி.எஸ்சி நாட்டிக்கல் சயின்ஸ்

(B.Sc Nautical Science)

5. பி.எஸ்சி அப்ளைய்டு நாட்டிக்கல் சயின்ஸ்

(B.Sc Applied Nautical Science)

6. பி.எஸ்சி மாரிடைம் சயின்ஸ்

(B.Sc Maritime Science)

7. பி.எஸ்சி ஷிப் பில்டிங் அன்ட் ரிப்பேர்

(B.Sc Ship Building and Repair)

இந்தப் படிப்புகள் அனைத்தும் மூன்று ஆண்டுகள் படிக்க வேண்டும். பிளஸ் 2 வில் கணிதம், இயற்பியல், வேதியியலை முக்கியப் பாடமாகப் படித்திருக்க வேண்டும். 60 சதவீதம் மதிப்பெண்கள் பெற்றிருக்க வேண்டும்.

இந்தியக் கடல்சார் பல்கலைக்கழகம் நடத்தும் பொது நுழைவுத் தேர்வில் தேர்ச்சி பெற்றிருக்க வேண்டும்.

இந்தியக் கடல் சார் பல்கலைக்கழகத்தின் (Indian Maritime University) ஸ்கூல் ஆஃப் நாட்டிக்கல் ஸ்டடிஸில் (School of Nautical Studies) படிக்க வேண்டும். இது சென்னை மற்றும் கொச்சியில் அமைந்துள்ளது.

இதனைக் கற்றவர்கள் ரேடியோ ஆபீசர் (Radio Officer), நேவிகேஷன் ஆபீசர் (Navigation Officer), பைலட் இன் போர்ட் ட்ரஸ்ட் (Pilot in Port Trust) போன்றவற்றில் பணிபுரிய முடியும்.

8. டிப்ளமோ இன் நாட்டிக்கல் சயின்ஸ்

(Diploma in Nautical Science)

இது டெக் கேடட் (Deck Cadet) ஆக ஓராண்டு படிக்க வேண்டும். பின்னர் பிரி சீ டிப்ளமோ (Pre Sea Diploma) ஆக ஓராண்டு முடிக்க வேண்டும். இதற்கு பத்தாம் வகுப்பில் கணிதம், அறிவியல் படித்திருந்தால் போதும். 60 சதவீதம் மதிப்பெண்கள் பெற்றிருக்க வேண்டும். இதற்கும் இந்தியக் கடல்சார் பல்கலைக் கழகம் நடத்தும் பொது நுழைவுத் தேர்வில் தேர்ச்சி பெற்றிருக்க வேண்டும்.

இந்திய கடல்சார் பல்கலைக் கழகத்தின் (Indian Maritime University) ஸ்கூல் ஆஃப் நேவல் ஆர்க்கிடெக்சர் அன்ட் ஓசியன்

என்ஜினியரிங்கில் (School of Naval Architecture and Ocean) படிக்க வேண்டும். இது கொச்சி மற்றும் விசாகப்பட்டினத்தில் உள்ளது.

இந்த டிப்ளமோவைப் படித்தவர்கள் டெக் ஆபீசர் (Deck Officer), மரைன் சூப்ரன்டன்ட் (Marine Superindent), நாட்டிக்கல் சர்வேயர் (Nautical Surveyor) போன்ற பணிவாய்ப்புகளைப் பெறலாம்.

மேலும் கடல் சார் பல்கலைக் கழகத்துடன் 7 முக்கிய கடல்சார் அரசு கல்வி நிறுவனங்கள் உள்ளன.

1. தேசிய கடல் சார் கல்வி நிறுவனம், சென்னை,
2. டி.எஸ்.சாணக்யா, மும்பை.
3. லால்பகதூர் சாஸ்திரி கடல் சார் உயர் படிப்புகள் மற்றும் ஆராய்ச்சிக் கல்லூரி, மும்பை.
4. கடல் சார் பொறியியல் ஆராய்ச்சிக் கல்வி நிறுவனம், மும்பை.
5. கடல் சார் பொறியியல் ஆராய்ச்சிக் கல்வி நிறுவனம்.
6. இந்தியத் துறைமுக மேலாண்மைக் கல்வி நிறுவனம், கொல்கத்தா
7. தேசிய கப்பல் வடிவமைப்பு மற்றும் ஆராய்ச்சி மையம், விசாகப்பட்டினம்.
8. இந்திய கடல் சார் பல்கலைக்கழக வளாகம், கொச்சி.

ஃபேஷன் டெக்னாலஜி

நேஷனல் இன்ஸ்டிட்யூட் ஆஃப் ஃபேஷன் டெக்னாலஜி (NIFT - National Institute of Fashion Technology), மத்திய ஜவுளி அமைச்சகத்தின் கீழ் நேரடியாக இயங்கும் கல்வி நிறுவனம்.

தலைநகர் டெல்லியைத் தலைமையிடமாகக் கொண்டு செயல்பட்டு வருகிறது.

நாட்டில் எந்தெந்த நகரங்களில் இந்த இன்ஸ்டிட்யூட் செயல்பட்டு வருகிறது என்று பார்க்கலாம்.

1. டெல்லி
2. சென்னை

3. மும்பை
4. பெங்களூரு
5. போபால்
6. புவனேஸ்வரம்
7. காந்திநகர்
8. ஐதராபாத்
9. ஜோத்பூர்
10. கங்க்ரா
11. கண்ணூர்
12. கொல்கத்தா

13. பாட்னா

14. ராய்பரேலி

15. ஷில்லாங்

16. ஸ்ரீநகர்

நான்கு ஆண்டு இளங்கலை பட்டப் படிப்பும், இரண்டு ஆண்டு முதுகலை பட்டப் படிப்பும் டிசைன் துறையில் உள்ளது.

இதில் பி.டெஸ் எனப்படும் இளங்கலை டிசைன் பட்டப் படிப்புக்கும், எம்.டெஸ் எனப்படும் முதுகலை டிசைன் பட்டப் படிப்புக்கும் மாணவர்கள் CAT (Creative Ability Test) மற்றும் GAT (General Ability Test) முதலிய தேர்வுகள் எழுதியிருக்க வேண்டும்.

இதில் தகுதி அடையும் மாணவர்களுக்கு நிப்ட் தனியாக எழுத்து மற்றும் நேர்முகத் தேர்வு வைத்து மாணவர்களைத் தேர்ந்தெடுக்கிறது.

ஃபேஷன் மற்றும் டிசைன் துறை மாணவர்களுக்குத் தற்போது அதிகமான பணி இடங்கள் காத்துக் கொண்டிருக்கின்றன.

பல முன்னணி நிறுவனங்களும் அதிகப்படியான வேலைவாய்ப்புகளை வழங்கி வருகின்றன.

மேலும், இந்தியக் கலை மற்றும் ஊடகத் துறையிலும் எண்ணிலடங்கா வாய்ப்புகள் உள்ளதால் தற்போதைய தொழில்நுட்பத்தைப் பயன்படுத்தி, ஆடை வடிவமைப்பில் பல்வேறு வடிவங்களின் மூலம் மாணவர்களின் திறமையை வெளிக்கொணர முடியும்.

வளர்ந்துவரும் நவநாகரிக உலகில் காலணிகளும் நமது அழகு மற்றும் மதிப்பைக் கூட்டுவதில் முக்கியப் பங்காற்றி வருகின்றன.

காலணி வடிவமைப்பு மற்றும் உற்பத்தி டிப்ளமோ படிப்புக்கு இந்தியாவில் குறைந்த அளவில்தான் கல்லூரிகள் உள்ளன.

மத்திய அரசின் குறு, சிறு மற்றும் நடுத்தரத் தொழில் நிறுவனங்கள் அமைச்சகம் நேரடியாக நடத்தும் மத்திய காலணி பயிற்சி நிறுவனம் (Central Footwear Training Institute), இந்தியாவில் சென்னை மற்றும் ஆக்ராவில் மட்டுமே உள்ளது.

இரண்டு ஆண்டு காலணி வடிவமைப்பு மற்றும் உற்பத்தி படிப்புகளுக்கு பிளஸ் 2 தேர்ச்சி பெற்றிருந்தால் போதுமானது.

இந்தப் படிப்புகளில் 90 சதவிகிதம் செயல்முறை படிப்புதான் இருக்கும். டிசைனிங் துறையில் விருப்பம் உள்ளவர்கள் இதில் பெரிய அளவில் சாதிக்கலாம்.

பெரும்பாலும் பெண்களே இந்தப் படிப்புகளில் விரும்பிச் சேருகிறார்கள். இதுவரை பயிற்சி பெற்றவர்களில் 75 சதவிகிதம் பேர் பெண்கள்தான்.

இதில் முதுநிலை டிப்ளமோ படிப்புகளும் உள்ளன. 18 மாத வகுப்பான Footwear Technology & Management படிப்பையும் படிக்கலாம்.

புதிதாகத் தொழில் தொடங்க நினைப்போருக்கு இது சிறந்த வழி.

10

நுண்கலை

தமிழ்நாடு டாக்டர். ஜெ. ஜெயலலிதா இசை மற்றும் கவின்கலைப் பல்கலைக் கழகம் தமிழக இசை மற்றும் நுண்கலை களை வளர்ப்பதற்கான ஓர் கல்வி அமைப்பு.

2013ஆம் ஆண்டு சென்னையில் நிறுவப்பட்ட இந்தப் பல்கலைக்கழகத்தில் பல்வேறு படிப்புகள் உள்ளன.

இப்பல்கலைக் கழகத்தின் இணைவு பெற்று (Affiliated) சென்னை மற்றும் கும்பகோணம் அரசு கவின்கலைக் கல்லூரிகள் செயல்பட்டு வருகின்றன. சென்னைக் கல்லூரியில் இடம்பெற்றிருக் கும் இளங்கவின்கலைப் படிப்பு நான் காண்டு கால அளவிலானது.

1. காட்சிவழித் தொடர் வடிவமைப்பு

(Visual Communication Design)

2. வண்ணக்கலை

(Painting)

3. சிற்பக்கலை

(Sculpture)

4. சுடுமண் (ஆலையக) வடிவமைப்பு

(Industrial Design in Ceramic)

5. துணி (ஆலையக) வடிவமைப்பு

(Industrial Design in Textile)

6. அச்சுப்பதிப்போவியம்

(Print Making)

கும்பகோணம் அரசுக் கவின்கலைக் கல்லூரியில் உள்ள இளங்கலைப் பாடங்கள்.

1. காட்சிவழித் தொடர் வடிவமைப்பு

(Visual Communication Design)

2. வண்ணக்கலை

(Painting)

3. சிற்பக்கலை

(Sculpture)

இந்த இளங்கவின்கலைப் பட்டப்படிப்புகள் (Bachelor of Fine Arts - BFA) என்ற பெயரில் இடம்பெற்றுள்ளன.

இந்தப் பட்டப்படிப்புகளில் சேர்க்கை பெறுவதற்கு பிளஸ் 2 தேர்ச்சி பெற்றிருத்தல் அவசியம்.

மேலும் முதுகவின்கலைப் படிப்புகளும் இதே கல்லூரிகளில் உள்ளன.

அவை (Master of Fine Arts - MFA) என்ற பெயரில் அழைக்கப்படுகின்றன.

தமிழ்நாடு அரசு இசைக் கல்லூரி

தமிழ்நாடு அரசின் கலை பண்பாட்டுத் துறையின் கட்டுப் பாட்டில் தமிழ்நாடு அரசு இசைக் கல்லூரி இயங்கி வருகிறது. சென்னை, மதுரை, கோவை, திருவையாறு ஆகிய இடங்களில் கல்லூரிகள் அமைந்துள்ளன.

திருவையாறு இசைக் கல்லூரியில் மட்டும் கலையியல் இளையர் (B.Music) இசைப் பட்டப்படிப்புகள் உள்ளன. பிற இடங்களில் அமைந்துள்ள இசைக் கல்லூரிகளில் இசை குறித்த பட்டயப் படிப்புகள் மட்டுமே உள்ளன.

குரலிசை, வயலின், வீணை ஆகியவற்றில் மூன்றாண்டுகள் பட்டப்படிப்பு உள்ளது.

மிருதங்கம், புல்லாங்குழல், நாதஸ்வரம், தவில், கடம், கஞ்சிரா, மோர்சிங், கிராமியக் கலை, பரதநாட்டியம் ஆகிய தலைப்புகளில் மூன்று ஆண்டுகள் பட்டயப் படிப்புகள் காணப்படுகின்றன.

அத்துடன் இசை ஆசிரியர் பயிற்சி என்னும் ஓராண்டுப் பட்டயப் படிப்பும் உள்ளது.

மதுரை இசைக் கல்லூரியில் குரலிசையில் மட்டும் மூன்றாண்டுக் கால அளவிலான இளங்கலைப் பட்டப்படிப்பு உள்ளது.

குரலிசை, வயலின், வீணை, மிருதங்கம், நாதசுரம், தவில், புல்லாங்குழல், கிராமியக்கலை, பரதநாட்டியம் பிரிவுகளில் பட்டயப் படிப்புகள் காணப்படுகின்றன.

கோயம்புத்தூர் இசைக் கல்லூரியில் குரலிசை, வயலின், வீணை ஆகிய பிரிவுகளில் இளங்கலைப் பட்டப்படிப்புகள் இடம்பெற்றுள்ளன.

குரலிசை, வயலின், வீணை, பரதநாட்டியம் பிரிவுகளில் பட்டயப் படிப்புகளும் காணப்படுகின்றன.

திருவையாறு இசைக் கல்லூரியில் குரலிசை, வீணை ஆகிய பிரிவுகளில் மூன்றாண்டுக் கால இளங்கலை பட்டப் படிப்புகள் உள்ளன.

குரலிசை, வயலின், வீணை, மிருதங்கம், நாதசுரம், தவில், பரதநாட்டியம் ஆகிய பிரிவுகளில் பட்டயப் படிப்புகள் காணப் படுகின்றன.

சென்னை, மதுரை, கோவை ஆகிய இடங்களில் செயல்படும் மாலைநேர இசைக் கல்லூரிகளில் சென்னை மற்றும் மதுரையில் குரலிசை, வயலின், வீணை, மிருதங்கம் பிரிவுகளிலான பட்டயப் படிப்பும்,

மதுரையில் கூடுதலாகப் பரதநாட்டியம் பிரிவிலான பட்டயப்படிப்பும், கோவையில் குரலிசை, வயலின், வீணை ஆகிய பிரிவுகளிலான பட்டப்படிப்பும் இடம் பெற்றிருக்கின்றன.

தவிர, மாணவர்கள், இல்லத்தரசிகள் போன்றவர்களுக்காக மாலை நேர மற்றும் வார விடுமுறை நாட்களில் செயல்படும் மூன்றாண்டு கால அளவிலான இசை மற்றும் நடனம் பிரிவுகளிலான இளங்கலைப் பட்டப்படிப்பு சென்னை இசைக்கல்லூரியில் மட்டும் உள்ளது.

பட்டயப் படிப்புகளுக்கு 10ஆம் வகுப்பு தேர்ச்சி பெற்றிருக்க வேண்டும். இளங்கலைப் பட்டப்படிப்பு மற்றும் இளங்கலை இசைப் பட்டப்படிப்பிற்கு பிளஸ் 2 தேர்ச்சி பெற்றிருக்க வேண்டும்.

இந்தக் கல்லூரிகளில் பயிலும் அனைத்துத் துறை மாணவர்களுக்கும் அரசின் கல்வி உதவித்தொகையாக மாதந்தோறும் 500 ரூபாய் என்ற வகையில் ஆண்டுக்குப் பத்து மாதங்கள் வழங்கப்படும்

எம்.ஜி.ஆர் அரசு திரைப்படக் கல்லூரி

சென்னை அடையாறு பகுதியில் அரசு திரைப்படம் மற்றும் தொலைக்காட்சிப் பயிற்சிக் கல்லூரி அமைந்துள்ளது.

இந்தக் கல்லூரியில் நடிப்புப் பயிற்சி அளிக்கப்படுவதுடன் அதற்கான தேர்வுக்குப் பின்பு நடிப்பிற்கான சான்றிதழ் அளிக்கப்படுகிறது.

மேலும் கதை, ஒளிப்பதிவு, ஒலிப்பதிவு, இயக்கம் போன்ற திரைப்படம் சார்ந்த சில பிரிவுகளின் கீழ் பயிற்சிகளும் அளிக்கப் பட்டு, அதில் தேர்ச்சியடையும் மாணவர்களுக்கு குறிப்பிட்ட பிரிவுகளின் கீழாக திரைப்படத் தொழில்நுட்பப் பட்டயச் சான்றிதழும் (Diploma in Film Technology - D.F.T) அளிக்கப்படுகிறது.

இக் கல்லூரி, தமிழ்நாடு அரசின் செய்தி மக்கள் தொடர்பு துறையின் கீழ் செயல்படுகிறது. இயக்குதல் மற்றும் திரைக்கதை அமைத்து வசனம் எழுதுதல், ஒலிப்பதிவு மற்றும் ஒலி பொறியியல், ஒளிப்பதிவு, படத்தொகுப்பு, அனிமேஷன் அண்ட் விஷுவல் எஃபக்ட், படம் பதனிடுதல் உள்ளிட்டவை குறித்த ஐந்து பட்டய படிப்புகள் மாணவர்களுக்கு வழங்கப்பட்டு வருகின்றன.

திரைப்படம், தொலைக்காட்சி மற்றும் அவை தொடர்பான பல்வேறு தொழில் நுட்பங்களில் சிறப்பாகப் பயிற்சி அளித்து, பட்டயங்கள் வழங்கப்படுகின்றன. பயிற்சிக் காலத்தில் மாணவர்களுக்கு உலகத் திரைப்படங்கள், மாநில மொழித் திரைப் படங்கள், தமிழ்த் திரைப்பட இயக்குனர்களின் படங்கள் போன்றவை காட்சியப்படுத்தப்படுகின்றன.

இவற்றின் மூலம் அவர்கள் கையாண்ட தொழில்நுட்பம், இயக்குதல் திறமை ஆகியவற்றை ஆராய்ந்து, அதைப் பயன்

படுத்தி சிறப்பு தொழில்நுட்பக் கலைஞராக மூன்று ஆண்டில் உருவாகின்றனர்.

இவர்கள் மூலம், திரைப்படத் துறையின் தொழில்நுட்பம் மற்றும் கலைநுட்பத்தின் தரம் உயர்கிறது. நல்ல படங்கள் திரைப்படத் துறையை சர்வதேசத் தரத்திற்குக் கொண்டு செல்கிறது

இங்குள்ள இளங்கலைப் பட்டப்படிப்புகள் என்னவென்று பார்க்கலாம்.

1. இளங்கலை காட்சிக்கலை (ஒளிப்பதிவு)

   Bachelor of Visual Arts (Cinematography)

2. இளங்கலை காட்சிக்கலை (எண்மிய இடைநிலை)

   Bachelor of Visual Arts (Digital Intermediate)

3. இளங்கலை காட்சிக்கலை (ஒலிப்பதிவு)

   Bachelor of Visual Arts (Audiography)

4. இளங்கலை காட்சிக்கலை (இயக்குதல் மற்றும் திரைக்கதை எழுதுதல்)

   Bachelor of Visual Arts (Direction and Screenplay writing)

5. இளங்கலை காட்சிக்கலை (படத்தொகுப்பு)

   Bachelor of Visual Arts (Film Editing)

6. இளங்கலை காட்சிக்கலை (உயிர்ப்பூட்டல் மற்றும் காட்சிப்பயன்)

   Bachelor of Visual Arts (Animation and Visual Effects)

இவை அனைத்தும் நான்காண்டுகள் பட்டப்படிப்பாகும். பிளஸ் 2வில் தேர்ச்சி பெற்றிருத்தல் அவசியம்.

11

ஆசிரியர் பயிற்சி

பிளஸ் 2 முடித்ததும் மருத்துவம் அல்லது பொறியியல் கல்லூரிகளில் சேர்ந்து படித்து மருத்துவராகவோ, பொறியாளராகவோ ஆக வேண்டும் என்ற கனவுதான் இளம் பிஞ்சுப் பருவத்தில் இருந்தே அவர்களது பெற்றோர்களாலும், இச்சமூகத்தாலும் தெரிந்தோ தெரியாமலோ விதைக்கப்பட்டு வருகிறது.

ஆனாலும் அதையும் தாண்டி ஓர் ஆசிரியராகப் பணியாற்ற வேண்டும் என்ற ஆசையைச் சுமக்கும் மாணவர்களும் இருக்கத்தான் செய்கின்றனர்.

அதிலும் குறிப்பாக மாணவிகளில் பலரும் ஆசிரியராகப் பணிபுரிவதில் பெருமகிழ்ச்சி அடைகிறார்கள்.

இரண்டு வழிகளில் ஆசிரியர் பணியில் சேரலாம். ஒன்று பிளஸ் 2 முடித்துவிட்டு 2 ஆண்டுக் கால இடை நிலை ஆசிரியர் பயிற்சியை முடிக்க வேண்டும். அதன் பிறகு ஆசிரியர் தகுதித் தேர்வு எழுதிப் பள்ளிகளில் இடைநிலை ஆசிரியர் ஆகலாம்.

மற்றொன்று பட்டதாரி ஆசிரியர் பணி. இதற்குப் பட்டப் படிப்பை முடித்துவிட்டு பி.எட். பட்டம் பெற வேண்டும். அதன் பிறகு ஆசிரியர் தேர்வு வாரியம் நடத்தும் தகுதித் தேர்வில் தேர்வு எழுதிப் பட்டதாரி ஆசிரியர் பணியில் சேரலாம்.

பிளஸ்2 முடித்தவர்கள் ஆசிரியர் பயிற்சி பள்ளியில் சேர்ந்து 2 வருடம் படித்தால் 'டிப்ளமோ' பெறலாம்.

இது 'டிப்ளமோ இன் டீச்சர் எஜூகேஷன்' (Diplamo in Teacher Education - D TEd) எனப்படுகிறது.

இந்தப் படிப்பில் சேர ஒவ்வொரு வருடமும் மே மாதம் பிளஸ் 2 தேர்வு முடிவு வெளியிட்ட பின்னர் சென்னையில் உள்ள ஆசிரியர் பயிற்சிக் கல்வி மற்றும் ஆராய்ச்சி இயக்குனரகத் தின் சார்பில் அறிவிப்பு வெளியிடப்படும். விண்ணப்பங்கள் அனைத்தும் ஆசிரியர் பயிற்சிக் கல்வி நிறுவனங்களிலும் கிடைக்கும்.

பிளஸ் 2 மதிப்பெண் அடிப்படையில் ஆசிரியர் பயிற்சி கல்வி இயக்குனரகம் சார்பில் கலந்தாய்வுக்கு அழைக்கப் படுவார்கள். பின்னர், மதிப்பெண் அடிப்படையிலும் மாணவர் களின் விருப்பத்திற்கேற்பவும் அவர்கள் படிப்பதற்கு ஆசிரியர் பயிற்சிப் பள்ளி ஒதுக்கப்படும்.

அரசு மற்றும் தனியார் ஆசிரியர் பயிற்சிப் பள்ளிகள், சுயநிதி பயிற்சிப் பள்ளிகள் உள்ளன. இதில், அரசு இட ஒதுக்கீட்டுக்கு 65 சதவீத இடங்களும், நிர்வாக ஒதுக்கீட்டுக்கு 35 சதவீத இடங்களும் உள்ளன.

அரசு ஒதுக்கீட்டு இடங்களுக்கு மட்டுமே கவுன்சலிங் மூலம் இடங்கள் நிரப்பப்படும்.

2 ஆண்டுக்காலப் படிப்பை படித்து முடித்ததும் 1 முதல் 5ஆம் வகுப்பு வரை உள் தொடக்கப் பள்ளிகளில் ஆசிரியராகப் பணியாற்றலாம்.

இதற்கான அடிப்படைக் கல்வித் தகுதி பிளஸ் 2வில் தேர்ச்சி பெற்றிருக்க வேண்டும்.

ஆசிரியர் பட்டயப் படிப்புக்கான காலம் 2 ஆண்டுகள்.

மாநில அளவில் மதிப்பெண்கள் அடிப்படையில் பொதுக் கலந்தாய்வு முறை வழியாக சேர்க்கை நடைபெறுகிறது.

மாவட்ட கல்வி மற்றும் பயிற்சி நிறுவனங்களில் சேர்ந்து படிக்கலாம். அவை எங்கே இருக்கின்றன என்று பார்க்கலாம்.

1. திருவல்லிக்கேணி
2. கோத்தகிரி
3. மாயனூர்
4. டி. கல்லுப்பட்டி
5. தேரூர்
6. திரூர்
7. திருமூர்த்திநகர்
8. வடலூர்
9. ஆடுதுறை
10. கிருஷ்ணகிரி
11. முனைஞ்சிப்பட்டி
12. பாளையம்பட்டி
13. இராணிப்பேட்டை
14. காளையார் கோவில்
15. கீழ் பென்னாத்தூர்
16. மஞ்சூர்
17. ஒட்டன்சத்திரம்
18. பெருந்துறை
19. புதுக்கோட்டை
20. வானரம்முட்டி
21. ஜிஅரியூர்.
22. காளையாம்பூண்டி

23. கீழப்பழுவூர்

24. குமுழூர்

25. குருகட்டி

26. மன்னார்குடி

27. நாமக்கல்

28. உத்தமபாளையம்

29. சின்னதாராபுரம்

30. தர்மபுரி

மேலும் அரசு ஆசிரியர் பயிற்சி நிறுவனங்களும் உள்ளன. அங்கும் படிக்கலாம். அவற்றைப் பார்க்கலாம்.

1. சேலம் (கங்கவல்லி)

2. ஜோகில்பட்டி

3. சமூகரெங்கபுரம்

4. சென்னை ராயப்பேட்டை

5. இராணிப்பேட்டை

6. கோயம்புத்தூர்

7. தஞ்சாவூர்

8. சின்னத்தாராபுரம்

இவை தவிர அரசு உதவிபெறும் ஆசிரியர் பயிற்சி நிறுவனங்களும் இருக்கின்றன.

இப்படிப்பை முடித்தால் அரசு மற்றும் தனியார் தொடக்கப் பள்ளி மற்றும் நடுநிலைப் பள்ளிகளில் இடைநிலை ஆசிரியராகப் பணியாற்றலாம்.

6ஆம் வகுப்பு முதல் 10ஆம் வகுப்பு வரை ஆசிரியராகப் பணிபுரிய பட்டப்படிப்புடன் பி.எட் படித்திருக்க வேண்டும்.

இடைநிலை ஆசிரியர் பயிற்சி முடித்தவர்கள் மற்றும் பட்டப்படிப்புடன் பி.எட் படித்தவர்கள் ஆசிரியர் வாரியம் நடத்தும் ஆசிரியர் தகுதி தேர்வில் தேர்ச்சி பெற்றால் மட்டுமே ஆசிரியர் பணியில் சேர முடியும்.

தமிழ்நாட்டில் 7 அரசு கல்வியியல் கல்லூரிகளும், 14 அரசு உதவிபெறும் கல்வியியல் கல்லூரிகளும், 600க்கும் மேற்பட்ட தனியார் சுயநிதி கல்வியியல் கல்லூரிகளும் உள்ளன.

இவற்றில் பி.எட். பட்டம் வழங்கப்படுகிறது.

முன்பு ஒரு ஆண்டுக் காலமாக இருந்த பி.எட். படிப்பு தற்போது இரண்டு ஆண்டுக் காலமாக மாற்றப்பட்டுள்ளது. அரசு மற்றும் அரசு உதவி பெறும் கல்வியியல் கல்லூரிகளில் உள்ள இடங்கள் கலந்தாய்வு மூலம் ஒற்றைச்சாளர முறையில் (சிங்கிள் விண்டோ சிஸ்டம்) நிரப்பப்படுகிறது.

தனியார் கல்லூரிகளில் உள்ள பி.எட். இடங்களைக் கல்லூரி நிர்வாகத்தினரே நிரப்பி விடுவார்கள். அரசு மற்றும் அரசு கல்லூரிகளில் பி.எட். படிப்புக்கான விண்ணப்பங்கள் ஒவ்வொரு ஆண்டும் செப்டம்பர் முதல் வாரத்தில் வழங்கப் படுகின்றன.

ஒற்றைச்சாளர முறை மாணவர் சேர்க்கை என்பதால் ஒரேயொரு விண்ணப்பம் போதுமானது. கலந்தாய்வின்போது தங்களுக்கு விருப்பமான கல்லூரியைத் தேர்வுசெய்துகொள்ளலாம்.

ஓவிய ஆசிரியர் பயிற்சி

அரசு உயர்நிலைப் பள்ளிகள், மேல்நிலைப் பள்ளிகள் மற்றும் தனியார் பள்ளிகளில் ஓவிய ஆசிரியராகப் பணியாற்று வதற்கான ஓவியப் பயிற்சியாகும் இது.

இந்தப் பயிற்சியின் பெயர் ஃப்ரீஹேண்ட் அவுட்லைன் அன்ட் மாடல் டிராயிங் ஹையர் கிரேடு Freehand Outline And Model Drawing - Higher Grade என்பதாகும்.

இதற்கான தேர்வு தமிழ்நாடு அரசு தொழில் நுட்பத் தேர்வுத் துறையால் ஆண்டுதோறும் நவம்பர் மாதம் நடைபெறுகிறது. கீழ்நிலை, மேல்நிலை என இருவகை உள்ளது.

இவ்விரு வகையிலும் தேர்ச்சி பெற்றவர்கள்தான் ஓவிய ஆசிரியராகப் பணிபுரிய முடியும்.

இன்று ஓவியத் துறையில், ஓவிய ஆசிரியர் பயிற்சி பெற்றவர் களைத் தேடிக் கண்டுபிடிக்க வேண்டியுள்ளது. போட்டி குறை வாக உள்ளதால் வேலை வாய்ப்பு எளிதாகிறது. அரசுப் பள்ளிகளி லும், தனியார் பள்ளிகளிலும் நிறைய வாய்ப்புகள் உள்ளன. இடைநிலை ஆசிரியருக்குச் சமமான ஊதியம் வழங்கப்படுகிறது.

இதற்கான அடிப்படைக் கல்வித் தகுதி பத்தாவது வகுப்பில் தேர்ச்சி பெற்றிருக்க வேண்டும். அதே நேரத்தில் பிளஸ் 2 வில் ஓராண்டு படித்திருந்தாலும் போதுமானது.

நிறைய தனியார் ஓவியப் பயிற்சிக் கல்லூரிகள் உள்ளன. அவற்றில் படித்து அரசு நடத்தும் தேர்வில் வெற்றி பெற வேண்டும்.

உடற்பயிற்சிக் கல்வி

இந்தியாவிலேயே முதன்முறையான உடற்பயிற்சிக்கு என்று தனியாக ஒரு பல்கலைக் கழகம் சென்னையில் அமைந்துள்ளது. தமிழ்நாடு உடற்பயிற்சிக் கல்வி மற்றும் விளையாட்டுப் பல்கலைக் கழகம் (Tamil Nadu Physical Education and Sports University) சென்னையில் கடந்த 2004ஆம் ஆண்டு தொடங்கப்பட்டது.

இப்பல்கலைக் கழகத்தில் மூன்றாண்டுக் கால அளவிலான இளநிலைப் பட்டப் படிப்புகள் உள்ளன.

1. பேச்சிலர் ஆஃப் பிசிக்கல் எஜுகேஷன்

(Bachelor of Physical Education)

2. பேச்சிலர் ஆஃப் மொபிலிட்டி சயின்ஸ் ஃபார் டிஸேபில்டு

(Bachelor of Mobility Science for Disabled)

3. பி.எஸ்சி பிசிக்கல் எஜுகேஷன்

(B.Sc., Physical Education)

4. பி.எஸ்சி எக்சர்சைஸ் பிஸியாலஜி அன்ட் நியூட்ரிசியன் / ஸ்போர்ட்ஸ் கோச்சிங்

B.Sc., (Exercise Physiology & Nutrition / Sports Coach ing)

இந்த இளநிலைப் பட்டப் படிப்புகள் அனைத்தும் மூன்றாண்டுக் காலக் கல்வியாகும்.

அடுத்து டிப்ளமோ இன் பிசிக்கல் எஜுகேஷன் (Diploma in Physical Education) என்னும் பட்டயப்படிப்பு இரண்டாண்டுக் காலப் படிப்பு.

சர்ட்டிஃபிகேட் இன் பிசிக்கல் எஜுகேஷன் (Certificate in Physical Education) என்னும் ஓராண்டு சான்றிதழ் படிப்பும் உள்ளது.

சென்னையில் ஒய்எம்சிஏ உடற்கல்விக் கல்லூரி, திருச்சி பாரதிதாசன் பல்கலைக்கழகம், சேலம் பெரியார் பல்கலைக்கழகம் ஆகியவற்றில் இணைந்து உடற்கல்விப் பட்டம் பெறலாம்.

மேலே கண்ட படிப்புகளில் சேர விரும்புவோர் நிச்சயமாக பிளஸ் 2 படிப்பில் தேர்ச்சி பெற்றிருக்க வேண்டும்..

மேலும் பள்ளிகளுக்கு இடையிலான ஏதாவதொரு விளையாட்டுப் போட்டிகளில் பங்கு பெற்றிருப்பதும் அவசியம்.

நுழைவுத் தேர்வு மற்றும் நேர்முகத் தேர்வு அடிப்படையில் மாணவர் சேர்க்கை நடைபெறும்.

கூட்டுறவு மேலாண்மை பட்டயப் படிப்பு

கூட்டுறவு நிறுவனங்களில் வேலைவாய்ப்பைப் பெறுவதற்கு கூட்டுறவு மேலாண்மை பட்டயப் படிப்பு அவசியம்.

இங்கு கூட்டுறவுப் பட்டயப் பயிற்சியுடன் கணினி பயிற்சி மற்றும் நகை மதிப்பீட்டாளர் பயிற்சி ஆகியவையும் அளிக்கப்படுகிறது.

இவை ஒவ்வொன்றுக்கும் தனித்தனியே பட்டயச் சான்றிதழ்கள் வழங்கப்படும்.

எனவே ஒரே பயிற்சியில் மூன்று சான்றிதழ்களைப் பெறலாம்.

இந்தப் பயிற்சியைப் பெற்றவர்கள் கூட்டுறவுத் துறை, பொதுத் துறை மற்றும் தனியார் துறைகளில் வேலை வாய்ப்புகள் அதிகம் காணப்படுகின்றன.

தமிழ்நாட்டில் கூட்டுறவு மேலாண்மை பட்டயப் பயிற்சி படிப்பை வேலூர், காஞ்சிபுரம், திருவண்ணாமலை, தருமபுரி, விழுப்புரம், கடலூர், சேலம், ஈரோடு, கோயம்புத்தூர், நாமக்கல், திருச்சி, தஞ்சாவூர், திருவாரூர், திண்டுக்கல், தேனி, மதுரை, சிவகங்கை, விருதுநகர், திருநெல்வேலி மற்றும் கன்னியாகுமரி

ஆகிய மாவட்டங்களிலுள்ள கூட்டுறவு மேலாண்மை நிலையங்களில் படிக்கலாம்

பிளஸ் 2 தேர்ச்சி பெற்றிருக்க வேண்டும் என்பது இந்தப் பயிற்சியில் சேருவதற்கான குறைந்தபட்சக் கல்வித் தகுதி.

பயிற்சிக் காலம் 9 மாதங்கள்.

வெளிநாட்டு மொழிப் படிப்புகள்

தகவல் தொழில்நுட்பத் துறை மேலோங்கி நிற்கும் இன்றைய காலக்கட்டத்தில் உலகத் தொடர்பு மொழியான ஆங்கில அறிவு அவசியம் தேவை. மட்டுமல்லாமல் பிற அயல்நாட்டு மொழி அறிவும் பெற்றிருப்பது சாலச்சிறந்தது.

அதுவே சிறப்பான வேலை வாய்ப்பினைப் பெற்றுத் தந்திடும்.

அயல்நாட்டு மொழிகளைக் கற்றுத் தருவதற்காகவே நிறைய கல்வி நிறுவனங்கள் செயல்பட்டு வருகின்றன.

கார்ப்பரேட் நிறுவனங்கள் மற்றும் பன்னாட்டு நிறுவனங்களுடன் வணிகத் தொடர்புகளை ஏற்படுத்திக் கொள்ள மொழி ஒரு தடையாக அமையாதவாறு பார்த்துக் கொள்வது வேலை தேடும் இளைஞர்களுக்கு முக்கியம் ஆகும்.

அயல்நாட்டு மொழிகளில் பட்டப்படிப்புகளும், முதுநிலை பட்டப்படிப்புகளும் உள்ளன. டிப்ளமோ சான்றிதழ் படிப்பு களும் இருக்கின்றன. குறிப்பாக பிரெஞ்சு, ஜெர்மன், ரஷியன், சைனீஸ், ஜப்பான், ஸ்பானிஷ், கொரியன், போர்ச்சுகீஸ் போன்ற பன்னாட்டு மொழிகள் சார்ந்த படிப்புகள் கற்றுத் தரப்படுகின் றன.

பிளஸ் 2 தேர்ச்சி பெற்றவர்கள் இந்தப் படிப்புகளைத் தேர்வு செய்யலாம். நாடு முழுவதும் உள்ள பல பல்கலைக் கழகங்களில் அயல்நாட்டு மொழியியல் சார்ந்த பட்டப்படிப்புகள் உள்ளன.

வெளியுறவுத் தூதரகங்கள், அந்தந்த மொழி சார்ந்த கல்வி நிறுவனங்கள், இந்தியா அயல்நாட்டு கூட்டுறவு கல்வி நிறுவனங்களும் மொழிப் படிப்புகளை வழங்குகின்றன.

இணைய தளம் வழியாகவும் சில மொழிப் படிப்புகளைப் படிக்க முடியும்.

படிப்புக்கான கால அளவும், கற்பிக்கப்படும் விதமும் கல்வி மையங்கள் தோறும் மாறுபடும். முன்னணி கல்வி நிறுவனங் களைத் தேர்ந்தெடுப்பதே நன்மை பயக்கும்.

சில கல்வி நிறுவனங்கள் ஆரம்பக் கட்ட சோதனைத் தேர்வுகள் மூலம் மாணவர் சேர்க்கை நடத்துகின்றன.

பிறநாட்டு மொழிகளை நன்றாகக் கற்று, சரளமாகப் பேசுவது வேலைவாய்ப்பைப் பெற்றுத் தருவது மட்டுமல்லாமல் தகவல் தொடர்பு மொழி நிபுணர், உரை பெயர்ப்பாளர், மொழி பெயர்ப்பாளர் போன்ற சிறப்புப் பணிகளைப் பெறவும் உதவும்.

பன்னாட்டு நிறுவனங்களில் மட்டுமல்லாது உள்நாட்டி லேயே சுற்றுலாத்துறை, பொதுத் தகவல் தொடர்புத் துறைகள், வெளியுறவுத் துறை பணிகள், வானொலி மற்றும் தொலைக்காட்சி போன்ற ஊடகத்துறை, பாதுகாப்புப் படை, உளவு அமைப்புகள், அயல்நாட்டுத் தூதரகங்கள், ஏற்றுமதி

இறக்குமதி நிறுவனங்கள் போன்றவற்றிலும் பணிவாய்ப்பு களைப் பெற்றுத் தரும்.

மேலும் கல்வி நிறுவனங்களில் ஆசிரியர், பேராசிரியர் போன்ற பணிவாய்ப்புகளையும் பெறலாம். மென்பொருள் நிறுவனங்களில் வேலை வாய்ப்புகள் எளிதாகக் கிடைக்கும்.

பிளஸ் 2 தேர்ச்சி பெற்ற மாணவர்கள் அயல்நாட்டு மொழிகள் பயில வாய்ப்பு உண்டு.

1. பி.ஏ ஆங்கிலம் (ஹானர்ஸ்)

   B.A., English (Hons)

2. பி.ஏ பிரெஞ்சு, ஜெர்மன், ரஷ்யன், ஸ்பானிஷ், அரபிக்

   B.A., French, German, Russian, Spanish, Arabic

இவ்விரு பட்டப் படிப்புகள் மூன்றாண்டுக் காலப் படிப்பு ஆகும்.

மேலும் டிப்ளமோ இன் ஃபாரின் லாங்குவேஜ் (Diploma in Foreign Language) என்னும் பட்டயப் படிப்பு படிக்கலாம். இது ஓராண்டுப் படிப்பாகும்.

அதேபோல சர்ட்டிபிகேட் இன் ஃபாரின் லாங்குவேஜ் (Certificate in Foreign Language) என்னும் சான்றிதழ் படிப்பும் படிக்கலாம். இதுவும் ஓராண்டுக் காலப் படிப்பாகும்.

ஐதராபாத்தில் உள்ள ஆங்கிலம் மற்றும் அயல்நாட்டு மொழிப் பல்கலைக்கழகத்தில் சேர்ந்து படிக்கலாம். அந்தப் பல்கலைக்கழகம் நடத்தும் நுழைவுத் தேர்வில் வெற்றி பெறுவது அவசியம்.

டெல்லியில் உள்ள ஜவஹர்லால் நேரு பல்கலைக் கழகத்தி லும் நுழைவுத் தேர்வு எழுதி சேர்ந்து படிக்கலாம்.

சென்னைப் பல்கலைக்கழகத்திலும் அயல்நாட்டு மொழி யைப் படிக்க முடியும். இங்கு மதிப்பெண் அடிப்படையிலும், விருப்பத்தின் பேரிலும் படிக்கும் வாய்ப்பு உள்ளது.

12

விமானப் போக்குவரத்து

விமானப் போக்குவரத்து என்னும் ஏவியேஷன் சார்ந்த படிப்புகளும் இன்றைய அளவில் தவிர்க்க முடியாததாகிவிட்டது. நகரப் பேருந்துகளைப்போல விமானப் போக்கு வரத்தும் சகஜமாகி விட்ட காரணத்தால் விமானம் சார்ந்த தொழில் படிப்பு இன்று இன்றியமையாததாகி விட்டது. எனவே அதைப் பற்றியும் நாம் பார்க்கலாம்.

பி.எஸ்சி ஏவியேஷன்

பிளஸ் 2வில் கணிதம், இயற்பியல், வேதியியல் பாடங்களைக் கண்டிப்பாக எடுத்துப் படித்திருக்க வேண்டும். குறைந்த பட்சம் 50 சதவீத மதிப்பெண்களைப் பெற்றிருக்க வேண்டும்.

இது 3 ஆண்டுக்காலப் படிப்பு.

ஏர்போர்ட் ஆபரேஷன், ஏர் ரெகுலேஷன், ஏவியேஷன் வெதர், நேவிகேஷன் ஏர்போர்ட் செக்யூரிட்டி அன்ட் சேஃப்டி, டேஞ்சரஸ் கூட்ஸ், ஃப்ளைட் ஆபரேஷன்ஸ், விமானம் புறப்படுவதற்கு முந்தைய முன்னெச்சரிக்கை நடவடிக்கைகள், இன்டர்னல் மெக்கானிசம் ஆஃப் ஏர்கிராஃப்ட் போன்ற பாடங்கள் கற்றுத் தரப்படும்.

படிப்பு முடிந்ததும் ஏவியேஷன் செக்யூரிட்டி, கார்கோ ஹேண்ட்லிங், பைலட் இன்ஸ்ட்ரக்டர், ஃப்ளைட் ஆபரேஷன், டெஸ்ட்பாட்சர், ஃப்ளைட் மற்றும் டேட்டா அனாலிசஸ், லோட் அன்ட் ட்ரிம் பிரிவுகளில் வேலைகள் கிடைக்கும்.

சில கல்லூரிகளில் பிபிஏ ஏவியேஷன், எம்பிஏ ஏவியேஷன் படிப்புகளும் இருக்கின்றன.

பி.எஸ்சி ஏரோநாட்டிக்கல் சயின்ஸ்

ஏவியேஷன் படிப்பில் காணப்படும் பாடங்களுடன் ஏர் கிராஃப்ட் டிசைன், மெயின்டனன்ஸ் என்ஜினீயரிங் ஆகியவை கூடுதலாகக் கற்றுத் தரப்படும்.

பளிஸ் 2வில் கணிதம், இயற்பியல், வேதியியல் முக்கியப் பாடங்களாக எடுத்திருக்க வேண்டும்.

படிப்பு முடிந்ததும் லைன் மெயின்டனன்ஸ் மேனேஜ் மென்ட், லாஜிஸ்டிக்ஸ் மேனேஜ்மென்ட், ஏர்கிராஃப்ட் ஆபரேஷன் மேனேஜ்மென்ட், பிளானிங் ஆஃப் ஏர்கிராஃப்ட் சர்வீசிங், கிரவுண்ட் எக்யூப்மென்ட் மேனேஜ்மென்ட், கார்ப்பரேட் ஃப்ளீட் மேனேஜ்மென்ட், பர்ச்சேஸ், லீஸ் அன்ட் சார்ட்டர்ஸ், ஏர்போர்ட் டிரான்ஸ்போர்ட்டேஷன், ஹாஸ் பிட்டாலிட்டி, பேக்கேஜ் ஹேண்ட்லிங் அன்ட் லாஜிஸ்டிக்ஸ், எஸ்டேட் மேனேஜ்மென்ட், ஏர்ஃபீல்டு செக்யூரிட்டி போன்ற துறைகளில் பணிபுரியும் வாய்ப்பு கிட்டும்.

பிபிஏ ஏர்லைன்ஸ் அன்ட் ஏர்போர்ட் மேனேஜ்மென்ட்

பிளஸ் 2வில் குறைந்தபட்சம் 60 சதவீத மதிப்பெண்களைப் பெற்றிருக்க வேண்டும்.

காமர்ஸ் முக்கியப் பாடமாக எடுத்திருந்தால் முன்னுரிமை உண்டு.

விமான நிலையத்தை நிர்வகிக்கத் தேவையான தகுதி, திறன்

களை வளர்ப்பது இதன் நோக்கம். விமான நிலையம் இயங்கும் முறைகள், பணியாளர்களை நிர்வகித்தல், மற்ற துறைகளை ஒருங்கிணைத்தல், பாதுகாப்பு மற்றும் அவசர கால நிர்வாகம், சரக்குப் போக்குவரத்து நிர்வாகம், விமான நிலைய நிர்வாகம், ஏர் ட்ராஃபிக் கண்ட்ரோல், ஏவியேஷன் நுட்பங்கள் ஆகியவை இதில் முக்கியப் பாடங்கள்.

விமான நிலையத்தில் பயணிகளுக்கான சேவைகள், பாதுகாப்பு ஆகியவற்றை வழங்கும் பொறுப்பான பணிகளில் பணிபுரிய வாய்ப்பு உண்டு.

பி.எஸ்சி ஃபாரன்ஸிக் சயின்ஸ்

குற்றப்புலனாய்வுத் துறை சார்ந்த படிப்பு இது. குற்றங்களைக்

கண்டுபிடித்து, நீதியை நிலைநாட்டுவதில் விருப்பமுள்ளவர்கள் பிளஸ் 2 முடித்ததும் இதைத் தேர்வு செய்யலாம்.

கணிதம், இயற் பியல், வேதியியல், உயிரியல், ஆங்கிலம் ஆகிய பாடங்களில் 60 சதவீத மதிப்பெண்களைப் பெற்றிருத்தல் அவசியம்.

பயாலஜி, பயாலஜி லேபரட்டரி, இன்ட்ரொடக்ஷன் டு ஃபாரன்ஸிக் சயின்ஸ், பிசிக்ஸ், பிசிக்ஸ் லேபரட்டரி, பேசிக் அனலிட்டிக்கல் கெமிஸ்ட்ரி, என்விரான்மெண்டல் ஸ்டடீஸ், ஃபாரன்ஸிக் பயாலஜி லேபரட்டரி, ஃபாரன்ஸிக் பிசிக்ஸ் லேபரட்டரி, கெமிஸ்ட்ரி லேபரட்டரி, ஃபாரன்ஸிக் மெடிசின், ஃபாரன்ஸிக் ஆந்த்ரோபாலஜி, ஆந்த்ரோபாலஜி லேபரட்டரி போன்றவை முக்கியப் பாடங்கள்.

காவல்துறை, உளவுத்துறை, குற்றப்புலனாய்வு, சைபர் கிரைம் பிரிவினர்களுக்கு சவாலான குற்ற வழக்குகளில் புலனாய்வு செய்ய

ஃபாரன்ஸிக் சயின்ஸ் படித்தவர்கள் உதவியாகச் செயல்பட முடியும்.

பி.ஏ கிரிமினாலஜி

பிளஸ் 2 வகுப்பில் எந்தப் பிரிவை வேண்டுமானாலும் எடுத்து இதில் சேரலாம்.

ஆங்கில மொழிப் புலமை அவசியம் தேவை.

பிரின்சிபில்ஸ் ஆஃப் கிரிமினாலஜி, கிரிமினல் லாஸ், ஹியூமன் பிஹேவியர் அண்ட் கிரிமினாலஜி, சைக்காலஜி ஆஃப் கிரைம், போலீஸ் அட்மினிஸ்ட்ரேஷன், கவுன்சலிங் அண்ட் கைடன்ஸ், விஜிலன்ஸ் அண்ட் செக்யூரிட்டி மேனேஜ்மென்ட் பிரைவேட் டிடக்ஷன் அன்ட் இன்வெஸ்டிகேஷன், கவுன்சலிங் அண்ட் கைடன்ஸ் ஆகியவை முக்கியப் பாடங்கள்.

சில கல்லூரிகளில் பி.ஏ கிரிமினாலஜி அண்ட் போலீஸ் அட்மினிஸ்ட்ரேஷன் என்ற படிப்பும் உள்ளது.

இந்தப் படிப்பை முடித்தவர்கள் காவல்துறை பணிகள், சிறைத்துறைப் பணிகள் ஆகியவற்றில் சேரலாம்.

தனியாக டிடெக்டிவ் ஏஜென்சி, ஃபாரன்ஸிக் லேப் போன்றவை நடத்த முடியும். இராணுவப் பணிகளிலும் பணியாற்றலாம்.

13

கண் மருத்துவப் படிப்புகள்

கண்கள் ஒரு மனிதனுக்கு அத்தியா வசியமான உறுப்பாகும். பார்வை அற்றவர் கள் பலர் வாழ்க்கையில் மிகப் பெரிய சாதனை களைச் செய்துள்ளனர். என்றாலும் பார்வையை இழந்தவர்கள் பலர் எதுவுமே சாதிக்க முடியாமல் தங்கள் பிறவியை இழந்த நிலைக்குத் தள்ளப்பட்டுள்ளனர்.

எனவே கண்கள் என்பது மிக முக்கியம். அவை இல்லை என்றால் மனித வாழ்வு அர்த்தமற்றுப் போய்விடும் என்பதே உண்மை.

மனித உடம்பில் அதிக அக்கறை எடுத்துப் பாதுகாக்க வேண்டிய உறுப்புகளில் கண்களுக்கு எப்போதுமே முதலிடம் உண்டு.

ஆதலால் அந்தக் கண் தொடர்பான மருத்துவத்திற்கு அதிக முக்கியத்துவம் இருப் பது என்பது தவிர்க்க முடியாதது. கண் மருத்து

வத் துறையில் ஒன்றாக இருப்பது ஆப்டோ மெட்ரி. அதைப் பற்றித் தெளிவாக அலசலாம்.

ஆப்டோஸ் மற்றும் மெட்ரியா என்ற கிரேக்க வார்த்தைகளில் இருந்து உருவானது தான் ஆப்டோமெட்ரி என்ற சொல். ஆப்டோஸ் என்றால் கண் அல்லது காட்சி என்று பொருள். மெட்ரியா என்றால் அளவீடு என்று பொருள்.

ஆப்டிக்ஸ் என்ற அறிவியல் மனிதனுடைய கண்ணின் கட்டமைப்பு, செயல்பாட்டுத் தன்மை மற்றும் அதன் பணிகள் பற்றி ஆராய்வது.

அதேசமயம், ஆப்டோமெட்ரி என்பது கண் மருத்துவத்தின் ஆரம்பநிலை சிகிச்சை முறை என்பதையும் நினைவில் கொள்வது அவசியம்.

சரியாகப் பார்வை தெரியாமை, பரம்பரை ரீதியான பார்வைக் குறைபாடு, கண் தசைகளில் ஏற்படும் குறைபாடு போன்றவற்றுக்கு நோயாளிகளின் கண்களைப் பரிசோதனை செய்து அவர்களுக்கு ஆலோசனை வழங்கும் பணிகளை ஆப்டோமெட்ரிஸ்ட்கள் செய்கிறார்கள்.

சரியான கண் கண்ணாடிகள் அணிதல் மற்றும் கான்டாக்ட் லென்ஸ் பயன்படுத்துதல் ஆகியவை தொடர்பான ஆலோசனை வழங்குதல் போன்றவை அவற்றுள் அடங்கும்.

மேலும், அறுவை சிகிச்சைக்கு முன்பாகவும், அதற்குப் பின்பாகவும் தேவைப்படும் கவனிப்பை நோயாளிகளுக்கு வழங்குவதில் ஆப்டோமெட்ரிஸ்ட்கள் முக்கியப் பங்காற்றுகிறார்கள்.

ஆப்தமாலஜிஸ்ட் என்பவர்கள், தொழில்முறையிலான, முழுமையான கண் மருத்துவர்கள். இவர்கள், கண்களுக்குச் சிகிச்சை அளிப்பதுடன் தேவைப்படும் சமயங்களில் கண் அறுவை சிகிச்சைகளையும் மேற்கொள்கிறார்கள்.

ஆப்டோமெட்ரிஸ்ட் என்பவர் ஒரு நோயாளியின் கண்களைப் பரிசோதனை செய்து அதற்கான விவரக் குறிப்புகளுடன் அந்த நோயாளியை கண் மருத்துவரிடம் அனுப்புகிறார்.

இந்தியாவைப் பொறுத்தவரை கண் பார்வைக் குறைபாடு உடையவர்கள் 25 சதவீதம் பேர் என்கிறது ஒரு புள்ளிவிவரம். எனவே அவர்கள் உரிய சிகிச்சை மேற்கொள்ளப்பட்டு கண் கண்ணாடி அணிந்தே ஆக வேண்டிய நிலையில் உள்ளார்கள்.

ஆனால் பொருளாதாரம், அறியாமை, மருத்துவர்கள் போதாமை உள்ளிட்ட பல்வேறு காரணங்களால் சுமார் 10 முதல் 15 சதவீதம் பேர் மட்டுமே முறையான சிகிச்சை மேற்கொண்டு கண் கண்ணாடி அணிந்து கொள்கிறார்கள்.

எனவே இன்றைய நிலையில் நம் நாட்டில் ஆப்டோ மெட்ரிஸ்டுகள் தேவை மிகவும் அதிகரித்துள்ளது.

அதாவது சுமார் ஒன்றரை லட்சம் பேர் தேவை என்று கணிக்கப்பட்டுள்ளது.

இதனால் ஆண்டுதோறும் புதிய புதிய ஆட்டோமெட்ரி பள்ளிகளின் எண்ணிக்கையும் அதிகரித்துக் கொண்டேதான் வருகின்றது.

ஆப்டோமெட்ரிஸ்டாகப் பயிற்சி செய்ய வேண்டும் என்றால் அவர் கண்டிப்பாக ஆப்டோமெட்ரியில் இளநிலைப் பட்டம் பெற்றிருக்க வேண்டும்.

இது பி.ஆப்டம் (B.Optom) என்னும் படிப்பாகும். இது 4 ஆண்டுகள் பட்டப் படிப்பு. நான்காம் ஆண்டில் கிளினிக்கல் அனுபவம் பெறுவதற்காக இன்டர்ன்ஷிப் உண்டு.

இத்துறையில், டிப்ளமோ மற்றும் குறுகியகாலப் படிப்பு களை சில கல்வி நிறுவனங்கள் வழங்குகின்றன.

கண் மருத்துவ நிறுவனங்களால் நிறுவப்பட்ட சில கல்வி நிறுவனங்கள் வர்த்தக நோக்கத்தின் அடிப்படையில் பயிற்சி வழங்கி வருகின்றன.

அங்கு ஓராண்டு அல்லது அதற்கு மேற்பட்ட பயிற்சி வழங்கப்படுகிறது. அதற்கு உதவித் தொகையும் அளிக்கப்படுகிறது.

மருத்துவமனைகள் மற்றும் கிளினிக்குகளில் கண் மருத்துவர் களுக்கு உதவியாளர், கண் கண்ணாடிக் கடைகளில் வேலை பார்ப்பவர், சொந்தமாகக் கண் கண்ணாடிக் கடை வைத்திருப்ப வர், பயிற்சி பெறுபவர், கண் கண்ணாடி தயாரிக்கும் நிறுவனங் களில் பயிற்சியளிப்பவர் மற்றும் ப்ராடக்ட் எக்ஸிகியூடிவ் போன்ற பலவித பணி வாய்ப்புகள் ஆப்டோமெட்ரி படிப்பவர் களுக்கு உள்ளன.

இதில் நிறைய படிப்பு வகைகள் உள்ளன. அவற்றில் நாம் இங்கே சிலவற்றைப் பார்க்கலாம்.

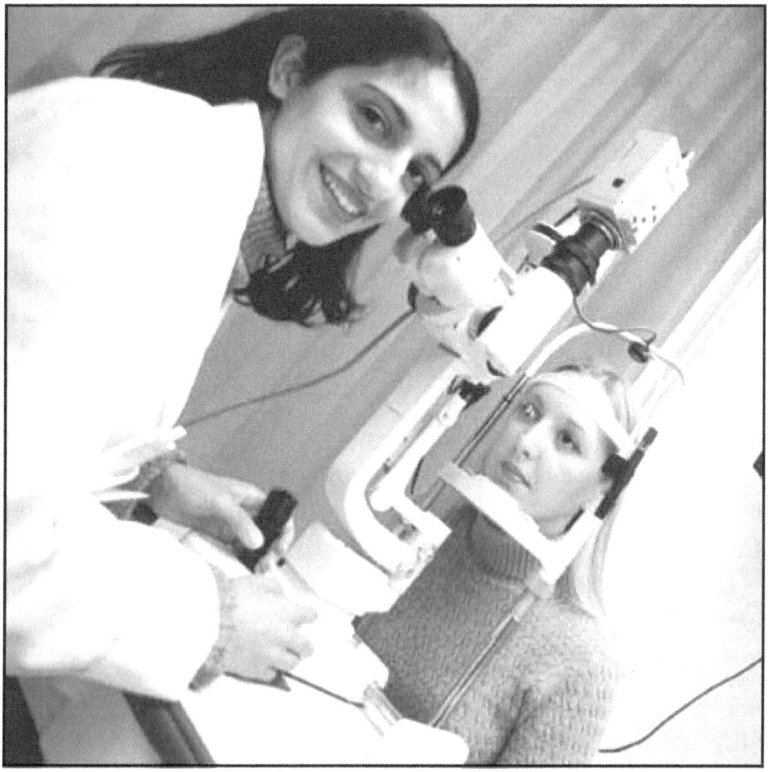

ஆப்டோமெட்ரிஸ்ட் - பி.எஸ்சி.

B.sc.(Optometrist)

கண்ணிலோ, பார்வையிலோ ஏற்படும் கோளாறுகளுக்கு அறுவை சிகிச்சை அல்லாமல் பரிசோதனை செய்யும் துறைக்கு ஆப்டோமெட்ரி என்று பெயர்.

கண்களைச் சோதித்தல், பார்வையைப் பரிசோதித்தல், பார்வைக் கோளாறுகளைச் சரி செய்ய உதவும் லென்ஸ்களைப் பரிந்துரைத்தல் போன்ற கண் மருத்துவரின் உதவியின்றி செய்யக் கூடிய பணிகளைச் செய்பவர்கள் நிச்சயம் இந்தப் படிப்பை முடித்திருக்க வேண்டும்.

கண்களைப் பாதுகாக்கக் கற்றுத் தருவது, தற்காப்பு முறை களைச் சொல்லித் தருவது போன்றவையும் ஆப்டோமெட்ரிக்ஸ்

படித்து அப்பணியில் சேர்ந்து பணியாற்றும் ஒருவரது கடமையாகிறது.

இதன் படிப்பு காலம் 3 ஆண்டுகள்.

இதே பிரிவில் முதுகலை பட்டப் படிப்பும் உண்டு.

ஆப்டோமெட்ரி - பி.ஆப்டம்.
B.Optom. (Optometry)

கண்ணிலோ, பார்வையிலோ ஏற்படும் கோளாறுகளுக்கு, அறுவை சிகிச்சை அல்லாமல் பரிசோதிக்கும் துறைக்கு ஆப்டோமெட்ரி என்று பெயர் என்பது இந்தப் படிப்புக்கும் பொருந்தும். .

கண்களைச் சோதித்தல், பார்வையைப் பரிசோதித்தல், பார்வைக் கோளாறுகளைச் சரி செய்ய உதவும் லென்ஸ்களைப் பரிந்துரைத்தல் போன்ற கண் மருத்துவரின் உதவியில்லாமல் மருத்துவப் பணிகளை இந்தப் படிப்பை முடித்தவர்கள் செய்ய முடியும்.

கண்களைப் பாதுகாக்கக் கற்றுத் தருவது, தற்காப்பு முறை களைக் கற்றுத் தருவது போன்றவையும் ஆப்டோமெட்ரிக்ஸ் படித்து அப்பணியில் சேர்ந்து பணியாற்றும் ஒருவரது கடமையாகிறது.

பி.எஸ்சி. ஆப்டோமெட்ரிஸ்ட் படிப்பைப் போன்றதுதான் இதுவும் என்றாலும் இதில் கூடுதலாகப் படிப்பின் அம்சங்கள் கற்றுத் தரப்படுகின்றன. எனவே அதைவிட இந்தப் படிப்பிற்கு மதிப்பும், வருமானமும் சற்று அதிகம்.

இதன் படிப்பு காலம் நான்கரை ஆண்டுகள். இதே பிரிவில் முதுகலையும் உண்டு.

பார்மசூட்டிக்கல் கெமிஸ்ட்ரி - பி.பார்ம்.
(Pharmaceutical Chemisty - B.Pharm)

மருத்துவத் துறையில் பயன்படும் மருந்துகளில் உள்ள மூலக்கூறுகளை உருவாக்கி, உயிரியல் துறைக் கூறுகளுடன் ஒருங் கிணைக்கும் துறை பார்மசூட்டிக்கல் கெமிஸ்ட்ரி எனப்படுகிறது.

பார்மகாலஜி, கெமிஸ்ட்ரி (வேதியியல்) என்ற இரு வேறு துறைகளின் கூட்டிணைப்பே இந்தப் புதிய துறையாகும்.

மருந்துருவாக்கத்தில் பெரும் பங்கு வகிப்பது இத்துறையினர் தான். படிப்பு காலம் 4 ஆண்டுகள். இதே பிரிவில் முதுகலைப் படிப்பும் உண்டு.

பார்மசூட்டிக்கல் தொழில் நுட்பம் - பி.டெக். (Pharmaceutical Technology - B.Tech)

பார்மசி என்பது மருந்துப் பொருட்களின் தயாரிப்பு, விளைவுகள், அளவுகள், வினியோகம் போன்றவை பற்றியது. இந்தத் துறையில் பணியாற்ற விரும்பும் மாணவர்களுக்குத் தேவையான பயிற்சியை இந்த இளநிலை தொழில் நுட்பக் கல்வி தருகிறது.

குறிப்பாக, மருந்துப் பொருட்களின் உற்பத்தி, பார்ம சூட்டிக்கல் புரடக்ஷன், பார்மசூட்டிக்கல் வளர்ச்சி மற்றும் பார்மசூட்டிக்கல் செயல்பாடுகள் போன்றவற்றில் மாணவர் களுக்குத் தேவையான பயிற்சியை இந்தக் கல்வியின் மூலம் பெற முடிகிறது.

மருந்துப் பொருட்களின் உற்பத்தியில் இரசாயனங்களைக் கலப்பதில் பழைய முறைக்குப் பதில் நவீன தொழில் நுட்பங்கள் பயன்படுத்தப்படுகின்றன.

இந்தத் தொழில் நுட்பங்கள் பற்றியும் மாணவர்களுக்குப் பயிற்சி அளிக்கப்படுகிறது.

இதன் படிப்பு காலம் 4 ஆண்டுகள். இதே பிரிவில் முதுகலை பட்டப் படிப்பும் உண்டு.

பார்மசூட்டிக்கல்ஸ் - பி.பார்ம். (Pharmaceuticals - B.Pharm)

மருத்துவ அறிவியலின் ஒரு பிரிவான இந்தப் படிப்பில், மருந்துகளைத் தயாரித்தல், உரியவர்களுக்கு வழங்குதல், சரியாக நிர்வகித்தல் போன்ற நுணுக்கங்கள் கற்றுத் தரப்படுகின்றன.

பல நோய்களைக் கட்டுப்படுத்தி, மனித சராசரி ஆயுள் காலத்தை நீட்டிக்கச் செய்வதில் மருத்துவ உலகிற்கு மிகவும் உறுதுணையாக இருப்பவர்கள் பார்மசிஸ்டுகள்.

மருந்து உற்பத்திக்கு இப்படிப்புக்கு மிகுந்த முக்கியத்துவம் அளிக்கப்படுகிறது.

இதன் படிப்பு காலம் 4 ஆண்டுகள்.

இதே பிரிவில் முதுகலை பட்டப் படிப்பும் உண்டு.

பார்மகாக்னோசி - பி.பார்ம்.,
(Pharmacognosy - B.Pharm)

மருத்துவ அறிவியலின் ஒரு பிரிவான இந்தப் படிப்பில், மருந்துகளைத் தயாரித்தல், உரியவர்களுக்கு வழங்குதல், சரியாக நிர்வகித்தல் போன்ற நுணுக்கங்கள் கற்றுத் தரப்படுகின்றன.

மூலிகை மற்றும் தாவரங்களில் உள்ள மருந்துப் பொருட்களுடன் வேதி மருந்துகளின் நிலை பற்றி இப்படிப்பில் முக்கியத்துவம் அளிக்கப்படுகிறது.

இதன் படிப்பு காலம் 4 ஆண்டுகள்.

இதே பிரிவில் முதுகலை பட்டப் படிப்பும் உண்டு.

பார்மகாலாஜி - பி.பார்ம்.,
(Pharmacology - B.Pharm)

மருத்துவ அறிவியலின் ஒரு பிரிவான இந்தப் படிப்பில், மருந்துகளைத் தயாரித்தல், உரியவர்களுக்கு வழங்குதல், முறையாக நிர்வகித்தல் போன்ற நுணுக்கங்கள் கற்றுத் தரப்படுகின்றன.

மருந்துகளின் அறிவியல் அமைப்பு, அதன் பயன்கள் மற்றும் விளைவுகளுக்கு இப்படிப்பில் முக்கியத்துவம் அளிக்கப்படுகிறது.

இதன் படிப்பு காலம் 4 ஆண்டுகள்.

இதே பிரிவில் முதுகலை படிப்பும் உண்டு.

கேட்டரிங் மற்றும் ஹோட்டல் நிர்வாகம் - பி.எஸ்சி.
(Catering and Hotel Management - B.Sc.)

உணவு மற்றும் பானங்கள் தயாரித்தலுக்குத் தேவைப்படும் திறன் மற்றும் அறிவை வளர்க்கும் விதமாக இத்துறைப் பாடங்கள் அமைகின்றன.

ஃபிரண்ட் ஆபீஸ் மேனேஜ்மென்ட், மார்க்கெட்டிங், நிதி நிர்வாகம், மனிதவள மேம்பாடு, ஹோட்டல் மற்றும் கேட்டரிங் சட்டம், சொத்துரிமை நிர்வாகம், கம்ப்யூட்டர் அறிவியல் உள்ளிட்ட துணைப்பிரிவுகளும் இடம்பெறுகின்றன.

இதன் படிப்பு காலம் 3 ஆண்டுகள்.

இதே பிரிவில் முதுகலை பட்டப் படிப்பும் உண்டு.

கேட்டரிங் சயின்ஸ் - ஹோட்டல் நிர்வாகம் - பி.எஸ்சி (Catering Science and Hotel Management - B.Sc.)

கேட்டரிங் சயின்ஸ் ஓட்டல் நிர்வாகம் படிப்பானது வாடிக்கையாளர் சேவையை முன்னிலைப்படுத்தி பயிற்சி அளிக்கப்படும் தொழில் படிப்பாகும்.

இந்தப் படிப்பை மேற்கொள்ளும் மாணவர்கள் ஓரளவு நல்ல தோற்றம் உடையவராகவும், பல மொழிகளில் பேசக்கூடிய திறமை, சிறந்த பழகும் முறை, தன்னம்பிக்கை உடையவராகவும் இருப்பது அவசியம்.

இதைப் படித்த மாணவர்கள், நவீன தொழில்நுட்பத்தின் அடிப்படையில் பணியாற்ற தனியார் ஹோட்டல்களில் வாய்ப்பு அளிக்கப்படுவார்கள்.

இவர்கள் மேற்கொள்ளும் நேரடிப்பயிற்சி மற்றும் செயல்முறை பயிற்சி அடிப்படையில் இவர்களின் செயல்பாடு கணிக்கப்பட்டு மதிப்பெண் வழங்கப்படும்.

இதன் படிப்பு காலம் 3 ஆண்டுகள்.

இதே பிரிவில் முதுகலை பட்டப் படிப்பும் உண்டு.

சுற்றுலா மற்றும் வரவேற்பு மேலாண்மை - பி.எஸ்சி., (Tourism and hospitality management)

சுற்றுலா முக்கியத்துவம் வாய்ந்த இடங்கள், சுற்றுலாப் பயணிகள் பற்றிய அனைத்தும் இப்படிப்பில் கற்றுத்தரப் படுகின்றது.

மேலும் சுற்றுலாப் பயணிகளுக்குத் தங்குமிடம், உணவு வசதிகள் செய்து தருவது மற்றும் சுற்றுலா முடியும் வரை உடனிருந்து பயணத்தை நிர்வகிப்பது போன்றவையும் இப்பாடத்தில் முக்கியத்துவம் பெறுகிறது.

இதன் படிப்பு காலம் 3 ஆண்டுகள்.

இதே பிரிவில் முதுகலை பட்டப் படிப்பும் உண்டு

சுற்றுலா மற்றும் பயண மேலாண்மை - பி.காம் (Tourism and travel management)

சுற்றுலாவின் முக்கியத்துவம் பற்றி விரிவாக இந்தப் படிப்பில் கற்பிக்கப்படுகிறது.

ஓரிடத்தில் இருந்து இன்னொரு இடத்திற்குச் செல்லும் சுற்றுலாப் பயணிகளின் தேவைகள் தங்குமிடம், உணவு வசதி, போக்குவரத்து போன்ற ஏற்பாடுகள் குறித்துக் கற்பிப்பதே இப்படிப்பின் நோக்கம். அத்துடன் செய்முறை விளக்கமும், பிரத்யேகப் பயிற்சியும் வழங்கப்படுகிறது.

இப்பாடப் பிரிவில் இளநிலை மற்றும் முதுநிலை படிப்புகள் வழங்கப்படுகின்றன.

இந்தப் படிப்பிற்கு விண்ணப்பிக்கும் மாணவர்கள் பிளஸ் 2வில் ஏதேனும் ஒரு பிரிவில் நல்ல மதிப்பெண் பெற்று தேர்ச்சி பெற்றிருப்பது அவசியம்.

படிப்பின் கால அளவு 3 ஆண்டுகள்.

பயணம் மற்றும் சுற்றுலா மேலாண்மை - பி.ஏ. (Travel and tourism management)

சுற்றுலா மேலாண்மை படிப்பில் முக்கியத்துவம் வாய்ந்த இடங்கள், சுற்றுலாப் பயணிகள் போன்றவை பற்றி இதில் கற்றுத் தரப்படுகிறது.

இது தவிர, சுற்றுலாப் பயணிகளுக்கு தங்குமிடம், உணவு வசதி ஏற்பாடு உள்ளிட்ட பாடப்பிரிவுகளும் இடம் பெறுகின்றன. செய்முறைப் பயிற்சியும் அளிக்கப்படுகிறது.

படிப்பு காலம் 3 ஆண்டுகள்.

இதே பிரிவில் முதுகலை பட்டப் படிப்பும் உண்டு.

ஜுவல்லரி டிசைன் மற்றும் மேலாண்மை - பி.பி.ஏ. (Jwellery Design & Management - BBA)

இந்த இளநிலை பட்டப்படிப்பு நகை வடிவமைப்பு பற்றிய முழு விவரங்களையும் மாணவர்களுக்குக் கற்பிக்கும் வகையில் அமைந்துள்ளது.

6 செமஸ்டர்களைக் கொண்ட இந்த படிப்பில், வணிகம், பொருளாதாரம், மேலாண்மை, கற்களின் தரம் எனப் பல்வேறு பாடப்பிரிவுகளும் மாணவர்களுக்கு கற்பிக்கப்படுகிறது. கடைசி செமஸ்டர் காலத்தில் மாணவர்களுக்கு நேரடி பயிற்சியும் அளிக்கப்படுகிறது.

இந்தியாவில் ஒரு சில கல்வி நிறுவனங்கள் மட்டுமே இப்படிப்பை வழங்குகின்றன. மணிப்பால் இன்ஸ்டிடியூட் ஆஃப் ஜுவல்லரி மேனேஜ்மென்ட் இப்படிப்பை வழங்கும் கல்வி நிறுவனங்களுள் ஒன்றாகும்.

வேலை வாய்ப்பு நகை தயாரிப்பு நிறுவனங்களிலும், கடிகாரம் உள்ளிட்ட உயர்தர பொருட்களின் தயாரிப்பு நிறுவனங்களிலும் பணி வாய்ப்புகள் உள்ளன.

வைர நிறுவனம், முத்து, பவளம் போன்ற விலை உயர்ந்த மணி மற்றும் கற்களைக் கையாளும் நிறுவனங்களிலும் பணி வாய்ப்பு உள்ளது.

கிளினிக்கல் பெர்பியூஷன் டெக்னாலஜி - பி.எஸ்சி. (Clinical Perfusion Technology - B.Sc.)

மருத்துவம் சார்ந்த படிப்பில் கிளினிக்கல் பெர்பியூஷனிஸ்ட் டும் ஒன்று. இதய அறுவை சிகிச்சையின் போது மயக்கவியல் வல்லுனர்களுக்கும், அறுவை சிகிச்சை நிபுணர்களுக்கும் இவர்கள் உதவுகின்றனர்.

அறுவை சிகிச்சையின் போது உடலின் இரத்த ஓட்டம், நின்றுவிடாமல் இருக்க இவர்கள் கண்காணிக்கின்றனர்.

திறந்தநிலை இதய அறுவை சிகிச்சையின் போது இதயம் மற்றும் நுரையீரல் செயல்படாது. அதற்கு மாற்றாக தற்காலிகமான கருவி நோயாளிக்குப் பொருத்தப்படும். இதை பொருத்தி இயக்க வேண்டியது இவர்களின் பணி.

தவிர நோயாளியின் உடலில் ஆக்சிஜன், கார்பன்டை ஆக்சைட் அளவைச் சீராகப் பாரமரிப்பது, இரத்த ஓட்டத்தை, இரத்த அணுக்களின் எண்ணிக்கையைக் கண்காணிப்பதும் இவர்களின் கடமை.

அறுவை சிகிச்சையின் போதே நோயாளிகளுக்கு மருந்து செலுத்த இவர்கள் உதவுகின்றனர்.

இவ்வாறான பணிகளை மேற்கொள்ள இவர்கள் மனித உடலின் இரத்த ஓட்டத்தை முழுமையாகப் புரிந்து கொள்ள வேண்டியதும், சிக்கலான கருவிகளைக் கையாளத் தெரிந்திருக்க வேண்டியதும் அவசியம்.

இந்தப் படிப்பை முடித்த மாணவர்கள் பெரிய மருத்துவமனைகளில் வேலைக்குச் சேரலாம். கல்வி நிறுவனங்களில் ஆசிரியராகவோ, ஆராய்ச்சியாளராகவோ பணியாற்றவும் முடியும்.

மருத்துவமனைகளில் பெர்பியூஷன் குழுவை வழிநடத்த வேண்டியது தலைமை பெர்பியூஷனிஸ்ட் பொறுப்பு. மருத்துவ துறையில் புதிய தொழில்நுட்பங்களைப் பயன்படுத்த கிளினிக்கல் பெர்பியூஷனிஸ்ட் வாய்ப்பு ஏற்படுத்தித் தருகிறது.

இது ஒரு சவாலான துறை என்பதால் நாடு முழுவதும் மருத்துவமனைகளில் இவர்களுக்கு வாய்ப்பு கொட்டிக் கிடக்கிறது.

பிளஸ் 2வில் கணிதம், வேதியியல், இயற்பியல், தாவரவியல், விலங்கியல் படித்த மாணவர்கள் இந்தப் படிப்பில் சேர முடியும். பி.எஸ்.சி., இயற்பியல் படித்த மாணவர்கள் நேரடியாக முதுகலை படிப்பில் சேரலாம்.

கல்ச்சர் அன்ட் ஆர்க்கியாலஜி - பி.ஏ.
(Culture & Archeology - B.A.)

பி.ஏ. கல்ச்சர் அன்ட் ஆர்க்கியாலஜி படிப்பில் சேர பிளஸ் 2 பொதுத் தேர்வில் தேர்ச்சி பெற்றிருக்க வேண்டும். சில கல்லூரிகள் மற்றும் பல்கலைக்கழகங்கள் மட்டுமே இப்படிப்பை அளிக்கின்றன.

நாட்டின் கலாச்சாரம், பழக்கவழக்கம், பாரம்பரியம் மற்றும் கட்டடக்கலை வளர்ச்சி ஆகியவற்றைப் பற்றிய படிப்பு இது.

ஒவ்வொரு குறிப்பிட்ட நாடு, பகுதி ஆகியவற்றில் கடைப்பிடிக்கப்படும் கலாச்சாரம், கட்டடக்கலை ஆகியவை மிகத் துல்லியமாக இப்படிப்பில் கற்பிக்கப்படுகிறது.

வரலாற்றுத் துறையில் ஆர்வம் உள்ளவர்களுக்கு இப்படிப்பு சரியான தேர்வாக இருக்கும். இதில் ஆர்வமுள்ள மாணவர்கள் தொடர்ந்து இத்துறையில் முதுகலை பட்டமும் பெறலாம்.

ஆர்க்கியாலஜி துறையிலும், நூலகம், ஆசிரியர் துறையிலும் இப்படிப்பை முடித்தவர்கள் பணியாற்றலாம். இப்படிப்பை முடித்தவர்களுக்கு வெளிநாடுகளிலும் வேலை வாய்ப்பு நிரம்ப உள்ளது.

நூலகம் மற்றும் தகவல் அறிவியல் பட்டயம் (Diploma in Library and Information Science - DLIS)

இது ஒரு டிப்ளமோ கோர்ஸ். நூலகத்துறையில் அடிப்படை அறிவு மற்றும் திறமையைக் கற்றுத் தரும் கல்வி. தற்போது நூலகத்துறையிலும் கணினி பயன்பாடு அதிகரித்துவிட்டது.

எனவே நூலகத் துறையில் பணிபுரிய விரும்புபவர்கள் நிச்சயமாக நூலக அறிவோடு தகவல் அறிவியல் அறிவும் பெற வேண்டிய அவசியம் ஏற்பட்டுள்ளது.

இதனைக் கருத்தில் கொண்டுதான் இந்தப் பட்டயப் படிப்பு அறிமுகப்படுத்தப்பட்டுள்ளது.

பிளஸ் 2வில் குறைந்த பட்சம் 50 சதவீத மதிப்பெண்கள் பெற்றவர்கள் மட்டுமே இந்தப் படிப்பில் சேர்ந்து படிக்க முடியும்.

படிப்பு காலம் 1 ஆண்டு. சில கல்வி நிறுவனங்களில் 6 மாதம் முதல் 3 ஆண்டுகள் வரையிலான நூலகக் கல்வித் திட்டமும் காணப்படுகிறது.

அரசு நூலகங்கள், பல்கலை மற்றும் கல்லூரி நூலகங்கள், அருங்காட்சியம் என்று பல துறைகளில் நூலகருக்கான பணி வாய்ப்புகள் உள்ளன.

14

கல்வி உதவித் தொகை

கல்வியறிவு ஓங்கி வளர்ந்திடவும், கைநிறைய சம்பாதித்து நாட்டையும், வீட்டையும் செழிக்கச் செய்திடவும் ஊக்கமளித்திட வேண்டும் என்பது மத்திய மற்றும் மாநில அரசுகளின் உயர்ந்த இலட்சியமாக இருக்கிறது.

எனவே பள்ளிப்படிப்புடன் ஏழ்மை காரணமாக அதற்கு மேலும் படிக்க முடியாமல் படிப்பை நிறுத்திக் கொள்ளும் மாணவர்களின் நிலைமை கவலைக்குரியது.

அவ்வாறு அவர்கள் படிப்பைப் பாதியிலேயே கைவிட்டு விடாமல் மேலும் கல்லூரி உள்ளிட்ட உயர் கல்வியைப் பெறுவது அவசியம்.

அப்போதுதான் அவர்களின் சந்ததியினர் சமூகத்தில் பொருளாதாரம் மற்றும் சமத்துவ ரீதியில் உயர்நிலையை அடைய முடியும்.

இல்லையென்றால் இன்னும் பல ஆண்டுகளுக்கு அவர்கள் சமூகத்தில் பின்தங்கிய நிலையில்தான் இருக்க வேண்டிய நிலை ஏற்படும்.

அத்துடன் அடிமைகளாகவும், வளமற்ற வாழ்க்கையை வாழ் பவர்களாகவும் தொடர்ந்து நீடிக்க வேண்டிய நிலைக்கு அவர்கள் தள்ளப்படுவார்கள்.

எனவே அப்படிப்பட்ட வறுமை, ஏழ்மை மற்றும் சமூகத்தால் ஒதுக்கப்பட்ட மாணவர்களுக்கு உதவிட அரசுகள் நிறைய உதவிகளைச் செய்து வருகின்றன.

அவற்றைப் பார்க்கலாம்.

பட்டப்படிப்பு மற்றும் தொழில் கல்வி பயிலும் சீர்மரபினர் இனத்தைச் சேர்ந்த மாணவர்களுக்குச் சீர்மரபினர் நலவாரியம் மூலமாக உதவித் தொகை வழங்குகிறது தமிழக அரசு.

பட்டப் படிப்பு படிக்கும் மாணவர்களுக்கு ஆண்டுக்கு 1750 ரூபாயும், தொழில் கல்வி பயிலும் மாணவர்களுக்கு ஆண்டுக்கு 2000 ரூபாயும் உதவித்தொகையாக வழங்கப்படுகிறது.

அதேபோல நரிக்குறவர் இனத்தைச் சேர்ந்த மாணவர்களுக்கு பட்டப்படிப்புக்கு ஆண்டுக்கு 1500 ரூபாயும், தொழில் கல்விக்கு 2000 ரூபாயும் வழங்குகிறது.

முதல் தலைமுறையில் பொறியியல் பட்டப்படிப்பு படிக்கும் அனைத்து இனத்தைச் சேர்ந்த மாணவர்களுக்கும் கல்விக் கட்டணத்தில் 20,000 ரூபாய் விலக்கு அளிக்கப்படுகிறது.

பிளஸ் 2வில் 50 சதவீத மதிப்பெண் பெற்று பட்டப்படிப்புப் பயிலும் மாற்றுத்திறனாளி மாணவர்களுக்கு ஆண்டுக்கு 2500 ரூபாய் உதவித்தொகை வழங்கப்படுகிறது.

தொழில்கல்வி பயிலும் முன்னாள் இராணுவத்தினரின் ஆண் வாரிசுகளுக்கு பிரதமரின் சிறப்பு உதவித்தொகை திட்டத்தின்படி மாதமொன்றுக்கு 2000 ரூபாயும், பெண் வாரிசு களுக்கு மாதமொன்றுக்கு 2250 ரூபாயும் உதவித்தொகை அளிக்கப்படுகிறது.

மத்திய துணை இராணுவப்படையில் பணிபுரிபவரின் வாரிசுகளுக்கு ஆண்டுக்கு 15,000 ரூபாய் உதவித்தொகை வழங்கப் படுகிறது.

பிளஸ் 2வில் 60 சதவீத மதிப்பெண் எடுத்து பட்டப் படிப்பில் பயிலும் ஆதிதிராவிடர் மற்றும் பழங்குடியின வகுப்பைச் சார்ந்த மாணவர்களுக்கு முதல் இரண்டு ஆண்டுகளுக்கு 12,000 ரூபாயும், 3 மற்றும் 4ஆம் ஆண்டுகளுக்கு 18,000 ரூபாயும் உதவித்தொகையாக இந்திய எண்ணெய் நிறுவனம் வழங்குகிறது.

இவ்வாறு பல்வேறு கல்வி உதவித்தொகைகள் வழங்கப் படுவதால் பிளஸ் 2 தேர்வான மாணவர்கள் இதனைப் பயன் படுத்தித் தங்கள் வாழ்வை வளப்படுத்திக் கொள்ளலாம்.

அனைவருக்கும் வாழ்த்துக்கள்.

www.ingramcontent.com/pod-product-compliance
Lightning Source LLC
LaVergne TN
LVHW040445051026
849517LV00002B/758